सत्तरच्या दशकातली अमेरिका

एका भारतीय विद्यार्थ्याचा प्रवास

अनिल राजवंशी

मराठी अनुवादः नंदिनी निंबकर

माझे वडील श्री. जगदीश प्रसाद राजवंशी (१९१७-२००६) यांच्या स्मृतीला अर्पण

प्रथम आवृत्ती : ऑगस्ट 2023
भारतात प्रकाशित

फॉन्ट : कोकिळा

ISBN: 978-81-19445-22-6

मुखपृष्ठ रचना : सतीश कामत

प्रकाशक :   स्टोरीमिरर इंफोटेक प्राईवेट लिमिटेड,
                7 वा मजला, एल तारा बिल्डिंग, डेल्फी बिल्डिंगच्या मागे,
                हिरानंदानी गार्डन्स, पवई, मुंबई, महाराष्ट्र - ४०००७६, भारत.

Web: storymirror.com
Facebook: @storymirror
Instagram: @storymirror
Twitter: @story_mirror
Contact Us: marketing@storymirror.com

प्रस्तावना

मी १९७४ मध्ये उच्च शिक्षणासाठी अमेरिकेला गेलो आणि १९८१ मध्ये ग्रामीण भारतात परतलो. सत्तरच्या दशकातल्या अमेरिकेत पदव्युत्तर विद्यार्थी आणि अध्यापक या दोन्ही भूमिकांमध्ये मला आलेल्या अनुभवाची ही गोष्ट आहे.

सत्तरच्या दशकात अमेरिका हा अतिशय छान, खुला आणि विनयशील समाज होता आणि माझ्या पदव्युत्तर विद्यार्थीदशेच्या काळचा आनंद मी मनापासून लुटला. माझ्या ३० वर्षांपूर्वीच्या आठवणींवर आधारलेला तो काळ पकडण्याचा हा माझा प्रयत्न आहे. एखादी घटना, व्यक्ती किंवा स्थळाचं चित्रण मी चुकीचं केलं असेल तर मी त्या चुकांबद्दल माफी मागतो आणि माझ्या स्मरणशक्तीतल्या त्रुटीला दोष देतो. तो हेतुपुरस्सर केलेला विपर्यास नाही याची खात्री असावी.

जसजसं वय वाढत जातं तसतशी आपलं आयुष्य घडवणारे अनुभव लिहून काढण्याची उत्कट इच्छा होऊ लागते. माझं अमेरिकेतलं वास्तव्य हा असाच एक अनुभव होता.

मी भारतात परत आल्यापासून २५ वर्षांपिक्षा थोडा अधिक काळ लोटला आहे. मी १९८१ च्या उत्तरार्धात जेव्हा परत आलो तेव्हा एखादा आयआयटी पदवीधारक भारतीय फारच क्वचित परत येत असे. जे काही थोडेफार परत आले ते मुंबई, दिल्ली, बंगलोर अशा मोठ्या शहरांत गेले. मी एखाद्या अन्य देशाइतकाच मला परका असलेल्या ग्रामीण महाराष्ट्रात गेलो. परका कारण मला तिथल्या स्थानिक भाषा आणि सामाजिक परिस्थितीचं काहीच ज्ञान नव्हतं! याचं कारण माझं बहुतेक आयुष्य मी उत्तर भारतातल्या शहरांमध्ये व्यतीत केलं होतं हे असावं.

मी हे का केलं आणि असं करणं कितपत योग्य होतं हे मी उपसंहारात कथन करण्याचा प्रयत्न केला आहे.

ही माझ्या स्वत:च्या शोधाचीही गोष्ट आहे. कितीका लहान असेना पण जिथं मला ग्रामीण विकासासह अनेकविध विषयांवर खोलवर विचार करून त्यांवर काम करता आलं आणि त्याविषयी लिहिता आलं असं ग्रामीण महाराष्ट्रात एक ठिकाण दिल्याबद्दल मी उच्च शक्तींचे नेहमी आभार मानले आहेत.

या कथनाचं बारकाईनं वाचन केल्याबद्दल माझी पत्नी नंदिनी आणि माझी धाकटी कन्या मधुरा यांचा मी खरोखर आभारी आहे. सीताराम रामस्वामी, हरीश राव आणि कीथ इनग्रम यांच्या टीकाटिप्पणी आणि सूचनांबद्दल आणि सतीश कामत यांच्या मुखपृष्ठाच्या कलात्मक रचनेबद्दल त्यांना अनेक धन्यवाद. असंख्य संस्करणांचं टंकलेखन केल्याबद्दल संजय आहेरराव यांचे आणि मुद्राचे सुजित पटवर्धन आणि एन्. ए. कुलकर्णी यांचे पुस्तक छापल्याबद्दल मी आभार मानतो.

फलटण, नोव्हेंबर २००७

अनिल राजवंशी

अनुक्रमणिका

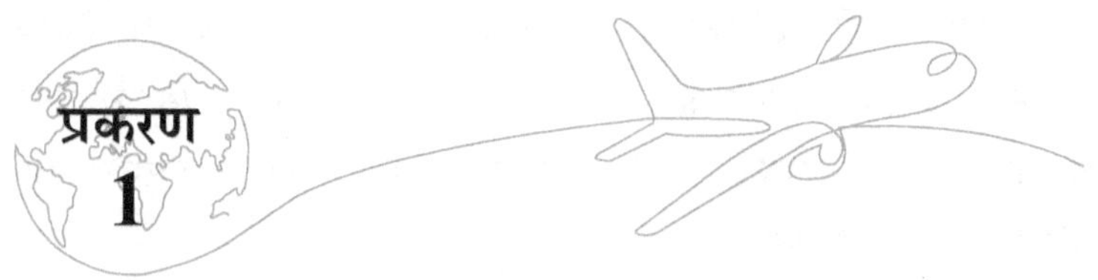

भारत सरकारची शिष्यवृत्ती

मी नववीत असतानाच अमेरिकेला जाण्याची इच्छा माझ्या मनात जागृत झाली. माझं तिसरीपासून भारतीय शालेय प्रमाणपत्र मिळेपर्यंतचं शिक्षण लखनऊमधील सेंट फ्रान्सिस हायस्कूलमध्ये झालं. या शाळेत दर महिन्याला निरनिराळ्या देशांच्या वाणिज्य दूतावासांकडून मिळालेले माहितीपट नियमितपणे दाखवण्यात येत. कधीकधी युनायटेड स्टेट्स माहिती सेवा केंद्र (USIS) कडूनही चित्रपट उपलब्ध होत असत. एकदा दाखवलेला न्यूयॉर्क येथे १९६४ साली भरलेल्या आंतरराष्ट्रीय प्रदर्शनाबद्दलचा चित्रपट मला अतिशय स्पष्टपणे आठवतो. त्या प्रदर्शनातल्या अधुनिक जीवनशैलीचा भाग असणाऱ्या नवीनतम उपकरणांनी मला अतिशय चकित केलं. असाच आणखी एक USIS चित्रपट न्यूयॉर्क व सॅन फ्रान्सिस्को यांमधील स्तिमित करणाऱ्या सुंदर निसर्गरम्य भूभागातून केलेल्या रेल्वे प्रवासाबद्दल होता. या दोन्ही चित्रपटांचा माझ्या कोवळ्या मनावर जबरदस्त प्रभाव पडला.

अशाच प्रकारे मी आयआयटी कानपूरहून जेंव्हा केंव्हा सुट्टीसाठी घरी येत असे तेव्हा USIS मध्ये जाऊन चित्रपट पाहत असे. त्यातले बरेचसे अग्निबाण आणि साठाच्या दशकातील अमेरिकेच्या अंतराळ कार्यक्रमाबद्दल असत. या सर्व चित्रपटांमुळे या महान देशाला भेट देण्याची तीव्र इच्छा माझ्या मनात निर्माण झाली. याशिवाय पहिल्यापासून मला शिक्षक व्हायचं होतं आणि पी.एच.डी. पदवी मिळाल्याशिवाय अध्यापकाचं चांगलं पद मिळणार नाही हे मला माहीत होतं.

१९७२ साली आयआयटी कानपूरमधल्या बी.टेक् च्या शेवटच्या सत्रात अमेरिकेतल्या बऱ्याचशा विद्यापीठांना मी पदव्युत्तर शिक्षणासाठी अर्ज पाठवले होते. नक्की किती ते

आता आठवत नाही, पण दहा एक असावेत. युनिव्हर्सिटी ऑफ फ्लॉरिडा, ओहायो स्टेट युनिव्हर्सिटी अशा काही विद्यापीठांत मला आर्थिक मदतीशिवाय तर मार्केट युनिव्हर्सिटीकडून आर्थिक मदतीच्या आश्वासनासह प्रवेश मिळाला. परंतु त्यांपैकी कोणताच पर्याय विशेष समाधानकारक न वाटल्यानं मी आयआयटी कानपूरमध्ये एम्. टेक् साठी प्रवेश घेण्याचं ठरवलं.

मला कॅम्पस प्लेसमेंटच्या माध्यमातून काही नोकऱ्याही मिळाल्या. त्यातली एक संरक्षण संशोधन आणि विकास संस्था (DRDO) यांत होती आणि त्यांचा पगारही भरभक्कम होता. परंतु अमेरिकेत पी.एच्.डी. करण्याची इच्छा प्रबळ असल्यामुळं आयआयटी कानपूरमध्ये एम्.टेक् करून मग परत अमेरिकन विद्यापीठांत अर्ज करणं हाच उत्तम मार्ग ठरेल असा मी विचार केला.

त्या काळी (१९७२) अमेरिकेला जाणं ही सोपी गोष्ट नव्हती कारण आयआयटीचा अजून 'ब्रँड' बनला नव्हता. नंतरच्या काळात जशी अमेरिकन विद्यापीठं भारतीय विद्यार्थ्यांच्या लोंढ्याला खुली झाली तशी त्यावेळी नव्हती आणि जरी माझ्या वरच्या वर्गातील आयआयटी कानपूरचे विद्यार्थी एमआयटी, युनिव्हर्सिटी ऑफ कॅलिफोर्निया (बर्कली), स्टॅनफर्ड युनिव्हर्सिटी अशा चांगल्या विद्यापीठांत होते तरी तिथं प्रवेश मिळणं फारसं सोपं नव्हतं. शिवाय अमेरिकन विद्यापीठांकडून तुम्ही विचारलेल्या प्रश्नांना उत्तर यायला २-३ महिने जात असल्यामुळं त्यांच्याबद्दल काहीही माहिती मिळवणं अवघड होतं.

आमच्या आयआयटी कानपूरच्या ग्रंथालयात अमेरिकन विद्यापीठांतल्या पदव्युत्तर शिक्षणाबद्दल फक्त एकच पुस्तक होतं आणि ते कायम कोणीतरी नेलेलंच असे. खूप प्रयत्नांनंतर जरी ते तुम्हाला मिळालं तरी त्यातली बरीचशी पानं फाडलेली असल्यामुळं कुठली विद्यापीठं बेपत्ता होती हे कळायला मार्ग नव्हता.

अमेरिकन विद्यापीठात अर्ज करणं स्वस्त नव्हतं. प्रत्येक विद्यापीठाची अर्ज फी अंदाजे १० अमेरिकन डॉलर होती, तेव्हा अर्ज करताना ही फी भरावी लागू नये म्हणून आम्ही अनेक सबबी सांगत असू. काही डोकेबाज विद्यार्थी भारतातल्या गरिबीचं वर्णन करणारे सुरेख निबंध लिहून परकीय चलनाच्या प्रचंड कमतरतेमुळं फी भरणं त्यांना कसं शक्य नाही हे सांगत. तरीसुद्धा निवडले गेल्यास फी पाठवू असं आमच्यापैकी सर्वजण

लिहायचे. बहुतेक विद्यापीठांचा यावर विश्वास बसे. परंतु अमेरिकन विद्यापीठ व्यवस्थेत अशा निबंधांचा महापूर लोटायला लागल्यावर विद्यापीठं शहाणी झाली आणि फीशिवाय आलेले अर्ज स्वीकारणं त्यांनी बंद केलं.

जून १९७४ मध्ये मी मेकॅनिकल इंजिनिअरिंगमध्ये एम्.टेक् पदवी मिळवण्याच्या शेवटच्या टप्प्यावर होतो. मला काही ठिकाणी आर्थिक सहाय्याशिवाय प्रवेश मिळाला असला तरी अमेरिकेला जाण्याची विशेष आशा दिसत नव्हती. या दरम्यान माझी दोन अमेरिकन प्राध्यापकांशी मैत्री झाली. त्यातले एक युनिव्हर्सिटी ऑफ मिशिगन (ॲन आर्बर) येथील तर दुसरे युनिव्हर्सिटी ऑफ कॅलिफोर्निया (बर्कली) येथील होते. दोघे आयआयटी कानपूरला भेट द्यायला आले होते आणि माझी त्यांच्याशी चांगली ओळख झाली. मी अर्ज केल्यास मला विद्यार्थी म्हणून घेण्याची दोघांनीही तयारी दर्शवली. पण या पर्यायाची मला गरज पडली नाही कारण भारत सरकारची परदेशी अभ्यास करण्यासाठी असलेली राष्ट्रीय शिष्यवृत्ती मिळण्याची सुवर्णसंधी माझ्याकडे चालून आली.

मेकॅनिकल इंजिनिअरिंगमधल्या माझ्या एका ज्येष्ठ सहकाऱ्याला ही राष्ट्रीय शिष्यवृत्ती मिळाली होती. भारत सरकारच्या शिक्षण मंत्रालयानं या शिष्यवृत्त्या गरजू विद्यार्थ्यांना अभियांत्रिकी आणि इतर विज्ञान शाखांमधील अत्याधुनिक पी.एच्.डी. शिक्षणासाठी इंग्लंड आणि अमेरिकेला जाता यावं म्हणून सुरू केल्या होत्या. यात येण्याजाण्याचं विमान भाडं, २५० अमेरिकन डॉलरचं मासिक वेतन आणि पूर्ण अभ्यासक्रमाची फी अशा घसघशीत विद्यावेतनाचा समावेश होता.

मी या शिष्यवृत्तीसाठी अर्ज केला आणि काय आश्चर्य जुलै महिन्यात मुलाखतीला येण्याचं निमंत्रण मला मिळालं. सगळ्यात जास्त विद्यार्थी आयआयटी मधले निवडले जात असत आणि माझ्या ज्येष्ठ सहकाऱ्यांचा अनुभव पहाता ही शिष्यवृत्ती सहज मिळेल अशी माझी अपेक्षा होती.

पण माझी एम्.टेक् अजून पुरी झाली नव्हती आणि निमंत्रणाच्या पत्रात मुलाखतीवेळी एम्.टेक् चं प्रमाणपत्र सादर करणं अनिवार्य आहे असं स्पष्टपणं नमूद केलं होतं. पण मी काय होईल ते बघावं म्हणून मुलाखतीला गेलो.

माझ्या एम्.टेक् च्या दरम्यान सूर्य ऊर्जेच्या वापराविषयी मला अत्यंत स्वारस्य निर्माण

झालं होतं. माझा एम्.टेक् चा प्रबंध एका नाविन्यपूर्ण सौर जलतापकाच्या विकासाबद्दल होता. १९७३ च्या ओपेक अरिष्टकाळात, पाश्चिमात्य देशांत आणि विशेषतः अमेरिकेत हा चर्चेचा विषय झाला होता. आयआयटी कानपूरच्या वाचनालयात असलेलं या विषयावरचं जवळजवळ सर्व साहित्य मी वाचून काढलं. माझ्या वाचनावर आधारित असा सूर्य ऊर्जेच्या क्षेत्रातील नवीनतम घडामोडींविषयी असलेला माझा पहिला संपादकीय लेख मी दिल्लीतून प्रकाशित होणाऱ्या 'हिंदुस्तान' या हिंदी दैनिकासाठी लिहिला. हा समयोचित लेख १९७३ मध्ये छापून आला आणि लगेचच प्रशंसकांची मला बरीचशी पत्रंही आली.

मला पुढे सूर्य ऊर्जेवर संशोधन करायचं होतं. या संदर्भात मी बऱ्याचशा सूर्य ऊर्जेच्या क्षेत्रात संशोधन आणि विकासाचं काम करणाऱ्या प्रमुख विद्यापीठांशी पत्रव्यवहार केला होता. त्या सर्वांचा एकच सल्ला असा होता की मी युनिव्हर्सिटी ऑफ फ्लॉरिडा (यूएफ्) येथील डॉ. एरिक फार्बर यांच्याबरोबर काम करावं, कारण सूर्य ऊर्जेवर चालणारी उपयुक्त साधनं विकसित करण्यात त्यांनी सगळ्यात जास्त काम केलं आहे असं दिसत होतं. मला यूएफ् कडून अगोदरच प्रवेश मिळाला होता, पण आर्थिक सहाय्याशिवाय. त्यामुळं राष्ट्रीय शिष्यवृत्तीसाठीच्या मुलाखतीचं पत्र ही अमेरिकेला जाण्यासाठी चालून आलेली संधीच होती.

तेव्हा शिक्षण मंत्रालयाचं कार्यालय असलेल्या नवी दिल्लीतल्या शास्त्री भवनात माझं सकाळी नऊ वाजताच्या नियोजित वेळी आगमन झालं.

कार्यालयातल्या लिपिकानं माझं एम्.टेक् चं प्रमाणपत्र मागितलं. मी जेव्हा त्याला सांगितलं की मी माझा प्रबंध सादर केला होता, परंतु डिफेन्सची तारीख अजून घोषित करण्यात आली नव्हती, तेव्हा तो फक्त माझा अर्ज फेटाळण्यात आला आहे असं म्हणाला. त्याला या गोष्टीविषयी काही माहिती नसल्यामुळं आयआयटीमध्ये एम्.टेक् प्रबंधाचा डिफेन्स ही अंतर्गत बाब असून ती अतिशय जलदगतीनं पुरी होते असं मी समजावून सांगूनही काही उपयोग झाला नाही.

मी तरुण आणि उतावळा असल्यामुळं त्याला सांगितलं की माझा अर्ज फेटाळण्याचा त्याला काहीही अधिकार नव्हता आणि यासंदर्भात त्यानं समितीच्या सभासदांशी सल्लामसलत करावी. एवढंच नाही तर समितीचे सभासद कोण आहेत हे मी त्याला

विचारलं, पण त्यांची नावं उघड करण्यास त्यानं नकार दिला. त्यानं मला दिलेली एकच सवलत म्हणजे समितीच्या अध्यक्षांचं नाव सांगणं.

माझं स्पष्टीकरण आणि कडक वर्तणूक यांचा काहीतरी परिणाम झाला असावा कारण माझ्याकडे एम्.टेक् चं प्रमाणपत्र नव्हतं हे कलम लाल पेन्सिलीनं जोरात अधोरेखित करून माझा अर्ज घेऊन तो समितीकडे गेला.

दहा मिनिटांनंतर तो संमेलनकक्षातून बाहेर आला आणि मला म्हणाला की समितीनं माझा अर्ज स्वीकारण्यास नकार दिला होता आणि एवढंच नव्हे तर मुलाखतीला येण्यासाठी देण्यात यायचा प्रवास आणि दैनिक भत्ताही मला मिळणार नव्हता.

या संकटकाळी जेव्हा सर्व काही गमावलं आहे असं मला वाटत होतं तेव्हा भत्ता ही गोष्ट माझ्या खिजगणतीतही नव्हती. तरीही भत्त्यासकट सगळ्या मुद्द्यांचा विचार करणाऱ्या नोकरशाहीच्या कार्यक्षमतेनं माझी मती गुंग झाली.

मला त्या लिपिकाचे शब्द अजूनही स्पष्टपणे आठवतात, कारण माझ्या अमेरिकेत शिक्षण घेण्याच्या स्वप्नाची ती जणू मृत्युघंटाच होती. मी अतिशय हताश झालो. परंतु अशा वेळी मनाचा वारू अतिशय वेगानं दौडतो आणि कोणाच्या वशिल्यानं मी समितीच्या सदस्यांना कमीत कमी माझी मुलाखत घ्यायला लावू शकतो याचा मी विचार करू लागलो. माझी खात्री होती की मला मुलाखतीला उपस्थित रहाण्याची संधी मिळाली तर माझी नक्कीच निवड होईल. माझ्या उमेदवारीबद्दल मी समितीचं मन वळवण्यास समर्थ आहे याचा मला पुरेपूर विश्वास होता, शिवाय माझं एम्.टेक् चं प्रमाणपत्र मी १० दिवसांत सादर करीन असं लिहून देण्याची माझी तयारी होती.

अचानक माझ्या लक्षात आलं की माझे एक दूरचे काका डॉ. आत्मा राम हे वैज्ञानिक व औद्योगिक अनुसंधान परिषदेचे (CSIR) माजी महासंचालक होते आणि वैज्ञानिक समुदायात त्यांचं नाव आदरानं घेतलं जात असे. त्यांना समितीचे अध्यक्ष माहीत असण्याची शक्यता होती. डॉ. आत्मा राम हे शास्त्री भवनापासून अर्ध्या कि.मी. अंतरावर डॉ. राजेंद्र प्रसाद रोडवर रहात असत. मी जवळजवळ पळतच त्यांच्या घरी गेलो आणि त्यांना या प्रकरणाची सर्व माहिती दिली. ते म्हणाले की त्यांचा समितीच्या अध्यक्षांशी चांगला परिचय होता आणि ते त्यांना फोन करतील. मला त्यांनी मुलाखतीच्या ठिकाणी जायला सांगितलं. पण माझा एकूण असा समज झाला की डॉ. आत्मा राम यांनी सूचित

केलं तेवढा त्यांचा प्रभाव नसावा, म्हणून इतर कोण मला मदत करू शकेल त्याचा मी शोध घेऊ लागलो.

मग मी माझ्या वडिलांचे मित्र काँग्रेस पक्षाचे वरिष्ठ खासदार श्री. सुंदर लाल यांच्या घरी गेलो. त्यांचं घर शास्त्री भवनापासून बरंच दूर कॅनिंग लेनमध्ये होतं.

सुंदर चाचाजींनी माझी अडचण समजावून घेतली आणि काही मिनिटं विचार केला. मग त्यांनी एक फोन केला आणि मला श्रीमती रोहन लाल चतुर्वेदी यांना जाऊन भेटायला सांगितलं. त्या श्रीमती इंदिरा गांधींच्या मंत्रिमंडळात कनिष्ठ मंत्री असलेल्या एका वरिष्ठ खासदारांच्या पत्नी होत्या.

मी लगेच श्रीमती चतुर्वेदींच्या घरी गेलो. तिथं त्यांचा मुलगा मनोज होता. तो बराच बडबड्या होता आणि माझ्याशी गप्पा मारायला लागला. जवळजवळ १२.३० वाजले होते आणि मुलाखतीची वेळ निघून चालली होती. माझी चलबिचल वाढली आणि मी मनोजला मला त्याच्या आईला भेटायचं आहे याची आठवण करून देत होतो, पण तो त्या मुद्द्याला सारखी बगल देत राहिला. अचानक त्याची आई हजर झाली आणि मी कोण आहे म्हणून विचारू लागली. मी जेव्हा तिला मी कोण आहे ते सांगितलं तेव्हा तिनं मला फैलावर घेतलं आणि शास्त्री भवनाऐवजी मी तिथं काय करतोय असं ती विचारू लागली. तिनं मला ताबडतोब जाऊन शिक्षण सचिवांची भेट घ्यायला सांगितलं. ते मुलाखत समितीचे सभासद सचीव होते.

मी शास्त्री भवनाकडं लगेच धाव घेतली आणि समितीच्या खोलीबाहेर दोन वाजेपर्यंत वाट पाहिली. दोन वाजता महिला सचीव मला भेटायला बाहेर आल्या.

मी माझी पूर्ण हकीकत त्यांना सांगितली आणि असंही सांगितलं की माझी एम्.टेक् ची प्रमाणपत्रं १० दिवसांत सादर करीन अशी लिखित हमी द्यायला मी तयार आहे. माझ्या त्या जवळजवळ ४५ मिनिटांच्या संभाषणाचा त्यांच्यावर प्रभाव पडला आहे असं मला वाटलं. त्यांनी मला स्वागतकक्षात थांबायला सांगितलं आणि मला मुलाखतीसाठी पाच वाजता बोलावण्यात येईल असंही सांगितलं. माझ्या बाबतीत असं अनेक वेळा घडलंय की जेव्हा अतिशय गंभीर परिस्थिती उद्भवते तेव्हा कृती किंवा शब्दांच्या रूपानं माझ्यातून प्रचंड राखीव ऊर्जा प्रकट होते आणि त्यांचा इच्छित परिणाम होऊन माझं काम पूर्ण होतं. माझी ४५ मिनिटांची चर्चा हे याचंच एक उदाहरण होतं. मी त्यादिवशी

काहीही खाल्लं नव्हतं कारण अशा परिस्थितीत भूक वगैरे गायब होऊन जाते.

साडेपाच वाजता मुलाखतीला बोलावला गेलेला मी शेवटचा उमेदवार होतो. समितीनं मला सूर्य ऊर्जेबद्दल अगदी मूलभूत प्रश्न विचारले पण एकूण रागरंगावरून माझी निवड होणार असंच सूचित होत होतं.

तेव्हा सहाच्या सुमाराला त्या दिवसातील घडामोडींची माहिती द्यायला मी सुंदर चाचाजींच्या घरी गेलो. माझं सविस्तर इतिवृत्त ऐकून घेतल्यावर त्यांनी मला सांगितलं की माझी निवड होईल. त्यांच्या बोलण्याच्या सुरावरून असं वाटलं की या प्रकरणाबद्दल त्यांना माझ्यापेक्षा कितीतरी जास्त माहिती होती. त्यामुळं माझं अमेरिकेला जाणं ही सुंदर चाचाजींच्या माध्यमातून घडून आलेली देवाची करणी होती असंच मी मानतो. माझ्या जीवनाचा मार्ग बदलल्याबद्दल मी नेहमीच त्यांचा ऋणी राहिलो आहे.

मी अमेरिकेहून परत आल्यावरही त्यांनी मला मदत केली, पण मी माझा कथेच्या पुढे जातो आहे.

त्या संध्याकाळी कानपूरला जायला आरक्षण नसतानाही मी रात्रीची गाडी पकडली. पुढचे १० दिवस मी आयुष्यभरात कधी केले नव्हते इतके कठीण परिश्रम करून शेवटी माझा एम्.टेक् चा डिफेन्स यशस्वीपणं पार पाडला.

एम्.टेक् चं प्रमाणपत्र मिळवणं ही दुसरी अवघड बाब होती, कारण आयआयटीच्या प्रवेश कार्यालयातल्या बाबूंची नोकरशाही दुसऱ्या कुठेही असते तितकीच वाईट होती. आयआयटीच्या उपहारगृहात चहा आणि नाश्ता देण्याची शक्कल इथे कामी आली. चहा आणि समोशाच्या अल्पोपहाराची लाच ही काम करून घेण्यासाठी पुरी असणारा असा तो आनंदी काळ होता. एम्.टेक् चं प्रमाणपत्र माझ्या मुलाखती नंतर बरोबर १० दिवसांनी पाच वाजता मिळालं आणि त्या रात्री मी दिल्लीला जाणारी गाडी पकडली. जवळजवळ निम्मा प्रवास मला सर्वसाधारण डब्यात उभं राहून करावा लागला.

दुसऱ्या दिवशी सकाळी मी शास्त्री भवनात पोचलो आणि माझ्या प्रमाणपत्राची प्रत तिथल्या कारकुनाला देऊन त्याला आठवण करून दिली की मी माझ्या लेखी निवेदनात दिल्याप्रमाणं माझ्या वचनाची पूर्तता करत आहे. त्यानं माझं अभिनंदन केल्यावर मी त्याला विचारलं की एम्.टेक् पदवीत एवढं काय विशेष आहे. तो म्हणाला मी शिष्यवृत्ती मिळाल्याबद्दल तुमचं अभिनंदन करतो आहे.

मी त्याला मिठी मारली आणि मनापासून त्याचे आभार मानले. मी त्याला बाहेर चहा घ्यायला बोलावलं पण तो उत्तरला की कामाच्या वेळात मला चहासाठी बाहेर पडता येणार नाही.

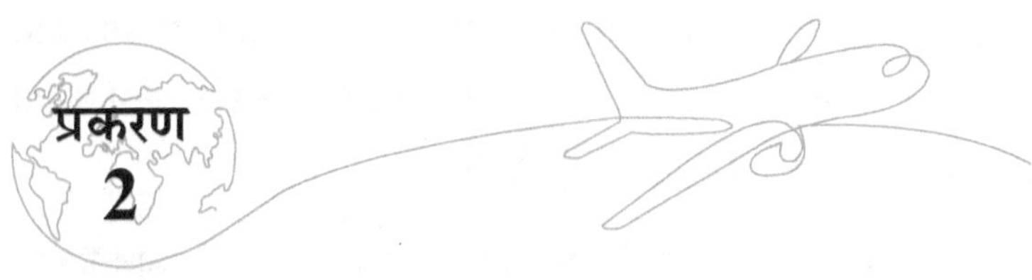

तयारी

शिष्यवृत्ती मिळाल्याची बातमी कळल्यानंतरही अजून खूप काम करायचं बाकी होतं-पारपत्र, विमानाची तिकिटं, परकीय चलन, व्हिसा इ.

१९७४ मध्ये पारपत्र मिळवणं हे मोठंच प्रकरण होतं आणि त्यासाठी भरमसाठ वेळ तर लागेच पण शिवाय सविस्तर पोलिस तपास करण्यात यायचा. आम्ही लखनऊत रहात असल्यामुळं मी लखनऊच्या पारपत्र कार्यालयात त्यासाठी अर्ज केला आणि माझ्या वडिलांच्या राजकीय संधानांच्या मदतीनं मला पारपत्र अल्प वेळात मिळालं. मी भारत सरकारची प्रतिष्ठित राष्ट्रीय शिष्यवृत्ती मिळवणारा विद्यार्थी असल्याचीही मला या प्रकरणात मदत झाली.

परकीय चलन मिळवणं ही एक आणखी वेगळीच बाब होती. त्या काळी भारतातील परकीय चलनाची परिस्थिती डळमळीत असल्यामुळं ते मिळवणं ही अवघड गोष्ट होती. शिवाय ट्रॅव्हल एजंट नसल्यातच जमा होते आणि म्हणून मी स्वत:च सगळं करायचं ठरवलं. हे सगळं खूपच जास्त काम होतं पण मला भारत सरकारच्या नोकरशाहीबरोबर संवाद साधता आला म्हणून ते करण्यात मजा आली. शिवाय त्या वयात आपण सिनिकल नसतो त्यामुळं मी सगळं काम कसं मजेत पार पाडलं.

भारतीय रिझर्व्ह बँकेचं प्रादेशिक कार्यालय कानपूरला असल्यामुळं भारत सरकारनं मला दिलेलं २५० अमेरिकन डॉलर्सचं परकीय चलन तिथून खरेदी करायचं होतं. मी सगळे फॉर्म भरून आवश्यक पैसे जमा केले. त्याबरोबर भारत सरकारचं अधिकृत पत्र जोडलं असल्यामुळं एवढी कागदपत्रं मला परकीय चलन मिळायला पुरेशी आहेत असं मला वाटलं. अनंत काळानंतर आणि मला परकीय चलन का हवं आहे ते अनेक वेळा

सांगितल्यावर शेवटी संध्याकाळी बँक बंद होण्याच्या अगदी आधी मला प्रवासी धनादेश (Travelers' cheques) देण्यात आले. ते धनादेश मिळाल्यावर आयुष्यात कधी झालो नव्हतो तेव्हढा मी चिंताग्रस्त झालो, आणि माझ्या अंतर्वस्त्राच्या सगळ्यात आतल्या खिशात मी ते सुरक्षित रहावेत म्हणून ठेवले.

एम्.टेक् साठी मला महिना ४०० रुपये शिष्यवृत्ती मिळत असे. एवढ्या शिष्यवृत्तीत मी एखाद्या राजासारखा राहतोय असं मला वाटायचं. माझ्याकडे शर्टपँटीचे दोन जोड होते आणि ते मी दर रविवारी धूत असे. शिवाय महिन्यातून एकदा मी कानपूरला जाऊन चित्रपट पाहत असे. अशा तऱ्हेनं माझ्या एम्. टेक् च्या दोन वर्षांत, अमेरिकेला जाण्यासाठी परकीय चलन मिळवण्यासारखे सोपस्कार करायला लागणाऱ्या सर्व खर्चापुरती बचत मी केली होती. १९७४ साली अमेरिकन डॉलरचं मूल्य आठ रुपये होतं आणि त्यामुळे २५० अमेरिकन डॉलरसाठी काही फार रुपयांची आवश्यकता नव्हती. तसं पाहिलं तर बी.टेक् पदवी मिळाल्यानंतर मी माझ्या आई-वडिलांकडून कधीच काही पैसे घेतले नाहीत.

माझ्या अमेरिकन प्रवासासाठी लागणारी सर्व कागदपत्रं मिळवण्यासाठी मला दिल्लीतल्या शास्त्री भवनाच्या अनेक वाऱ्या कराव्या लागल्या. नवी दिल्ली शहरात सगळीकडं पायी हिंडायला मी या संधीचा उपयोग करून घेतला. १९७४ साली दिल्ली हे अतिशय सुंदर शहर होतं. रहदारी नसल्यातच जमा होती, पदपथ रुंद होते आणि सप्टेंबर-ऑक्टोबरमधली हवा फिरायला आल्हाददायक होती. मी अमेरिकेला जाणार आणि तिथं घेतलेल्या शिक्षणाचा वापर करून भारतात सुधारणा घडवून आणणार या विचारानं माझं मन आनंदी झालं आणि मी अतिशय भावविवश झालो.

अशा भावना माझ्या मनात का निर्माण झाल्या हे मी सांगू शकत नाही. मला अजून आठवतंय की त्यावेळी माझ्या अनेक मित्रांनी मी भारत आणि त्याचं भवितव्य याशिवाय दुसऱ्या कशाबद्दलच बोलत नाही अशी शेरेबाजी केली होती. चोवीस वर्षांच्या वयात मती आणि बुद्धी दोन्ही त्यांच्या सर्वोच्च शिखरावर असतात आणि अमेरिकेला जाण्यासारख्या एखाद्या आशादायक घटनेनं त्यांना उत्तेजन मिळालं तर त्यांचा वारू उधळतो. मी जगातली कोणतीही गोष्ट करू शकतो आणि काहीही अशक्य नाही असंच मला वाटत होतं. माझ्या ओसंडून वाहत असलेल्या आनंद आणि उत्साहाचा सगळ्यांवर परिणाम होत असावा कारण माझ्या सरकारी कार्यालयांमधील कामादरम्यान बऱ्याच

बाबूलोकांवर माझ्या वागण्याची भुरळ पडत असल्याचं मला जाणवत होतं.

अशा तऱ्हेनं माझ्या विमानाच्या तिकिटासाठी मला शास्त्री भवनातून एअर इंडियासाठी पत्र मिळालं. या वेळपर्यंत प्रवास आणि दैनिक भत्ता मिळणार नाही असं ज्या बाबूनी मला सांगितलं होतं ते शास्त्री भवनातले श्री. शर्मा माझे चांगले मित्र झाले होते. आता मी त्या 'व्यवस्थे'चा भाग झालो होतो आणि श्री. शर्मा हे भारत सरकारचे चांगले कारकून असल्यामुळं मला लागेल ती मदत पुरवत होते. पारपत्र, तिकिटं, परकीय चलन इ. साठी लागणारी पत्रं त्यांनी दिली.

१९७० च्या दशकात एअर इंडिया ही जगातल्या सर्वोत्तम विमान कंपन्यांपैकी एक होती (तिचं आज काय झालं आहे ते पाहून खरंच दु:ख होतं). दिल्लीतलं त्यांचं कनॉट प्लेसमधलं मुख्य कार्यालय विशाल आणि गजबजलेलं होतं. शिक्षण मंत्रालयातून मिळालेलं पत्र घेऊन माझं तिकीट घ्यायला मी एअर इंडियाच्या व्यवस्थापकांना भेटायला गेलो.

भारताच्या उन्नतीसाठी सूर्य ऊर्जेचा वापर करण्याची माझी तीव्र इच्छा आणि आकांक्षा याबद्दल त्यांना सांगून मी त्यांच्याशी खूप गप्पा मारल्या. बोलताबोलता एकदम ते उद्गारले की ते मला जेएफके विमानतळावरून लग्वार्डिया विमानतळावर जाण्यासाठी हेलिकॉप्टरचं तिकीट देतील. त्याकाळी सर्व आंतरराष्ट्रीय उड्डाणं न्यूयॉर्कच्या जेएफके विमानतळावर उतरत तर जेएफकेपासून १० मैलांवरच्या लग्वार्डिया या विमानतळावरून अमेरिकेतील अंतर्गत उड्डाणं जात असत. सामान्यत: या दोन विमानतळांदरम्यान शटल बसेस असत. त्यावेळी ते व्यवस्थापक कशाबद्दल बोलत होते त्याची मला काही कल्पना नव्हती, पण नंतर मला कळलं की हेलिकॉप्टरचं तिकीट सामान्यत: फक्त प्रथम श्रेणीच्या प्रवाशांना दिलं जातं. हे माझं पहिलंच विमानोड्डाण असल्यामुळं माझ्या पुढ्यात काय वाढून ठेवलंय याची मला काहीच कल्पना नव्हती, पण जंबो जेटशिवाय मी हेलिकॉप्टरनंही प्रवास करणार आहे हे कळल्यावर माझ्या आनंदाला पारावार उरला नाही.

माझ्या शास्त्री भवनाच्या भेटींदरम्यान तिथले कारकून श्री. शर्मा हे माझ्या युनिव्हर्सिटी ऑफ फ्लॉरिडा(युएफ्) ला जाण्याच्या निर्णयाबद्दल अतिशय आश्चर्य व्यक्त करीत असत. त्यांनी अनेक वेळा मला बोलून दाखवलं की, "बहुतेक सगळे राष्ट्रीय शिष्यवृत्ती मिळवणारे विद्यार्थी एमआयटी, स्टॅन्फर्ड, युनिव्हर्सिटी ऑफ कॅलिफोर्निया (बर्कली)

अशा प्रसिद्ध विद्यापीठांत जातात, असं असताना तुम्ही यूएफ् ला का जाताय? मी या विद्यापीठाबद्दल कधी ऐकलंही नाही.'' मी त्यांना समजावून सांगत असे की मी एका जगप्रसिद्ध प्राध्यापकांच्या हाताखाली काम करणार असून पी.एच्.डीसाठी विद्यापीठाच्या नावानं काही विशेष फरक पडत नाही. पण या उत्तरानं त्यांचं समाधान झालं नाही आणि मी चूक करतोय असं ते म्हणाले.

मला विमानाचं तिकीट मिळेपर्यंत नोव्हेंबरचा मध्य उजाडला आणि अमेरिकेचा व्हीसा मिळवणं ही माझ्या यादीतली पुढची बाब होती.

शिवाय यूएफ् कडून विद्यापीठ परिसरात माझ्यासाठी निवास उपलब्ध नसल्यामुळं माझं १९७४ च्या फॉलमध्ये येण्याचं मी पुढं ढकलावं अशी नियमित पत्रं मला येत होती. काही झालं तरी भारत सरकारच्या शिष्यवृत्तीचे सर्व सोपस्कार शरद(fall) तिमाहीसाठी पुरे होणारच नव्हते, त्यामुळे जानेवारी १९७५ पासून सुरु होणाऱ्या शिशिर(winter) तिमाहीसाठीच मी जाणार होतो. तेव्हा यूएफ् च्या निवासी व्यवस्थेच्या कार्यालयाला मी लिहिलं की माझ्यासाठी शिशिर तिमाहीपासून खोलीचं आरक्षण करावं. हे पत्र नंतर अतिशय उपयुक्त ठरलं.

माझे वडील उत्तर प्रदेशातल्या (यू.पी.) राजकारणातील एक प्रसिद्ध राजकीय व्यक्ती असल्यानं अमेरिकन दूतावासातील उच्चपदस्थ व्यक्ती त्यांना वारंवार भेटायला येत.

भविष्यात भारताच्या प्रधानमंत्रीपदाचे प्रबळ उमेदवार ठरलेले यू.पी.चे लोकप्रिय मुख्यमंत्री एच्. एन्. बहुगुणा यांना माझे वडील अतिशय जवळचे होते. अमेरिकन दूतावासाचे कर्मचारी हे ओळखून होते आणि म्हणून त्यांच्या प्रत्येक लखनऊ भेटीत ते माझ्या वडिलांना भेटायला येत. शिवाय दिल्लीहून हिंदुस्तान टाइम्स या समूहातर्फे प्रकाशित होणाऱ्या हिंदुस्तान या प्रभावशाली हिंदी दैनिकात माझे वडील नियमित स्तंभलेखक होते.

यू. पी.च्या राजकीय घडामोडींविषयीचे माझ्या वडिलांचे अग्रलेख या वृत्तपत्रात नियमितपणं येत आणि दिल्लीतल्या महत्त्वाच्या लोकांच्या विचारावर त्यांचा प्रभाव पडत असे. हल्लीच्या वृत्तपत्रांमधल्या व्यावसायिक पत्रकारितेमुळे अग्रलेखांचा लोकमतावर काहीही परिणाम होत नाही. या काळाच्या बऱ्याच आधीचा हा काळ होता.

अशा तऱ्हेनं जेव्हा अमेरिकन दूतावासातले प्रथम सचिव श्री. पीटर थॉम्सन हे लखनऊला आले तेव्हा माझ्या वडिलांना भेटले आणि त्यांची चांगली मैत्री झाली. जेव्हा मला अमेरिकन व्हीसा मिळवण्याची वेळ आली तेव्हा माझ्या वडिलांनी दिल्लीत श्री. थॉम्सन यांना फोन केला आणि त्यांनी लगेच व्हिसाचं काम करण्यासाठी मला मदत करायचं कबूल केलं.

ठरलेल्या दिवशी मी अमेरिकन दूतावासात जाऊन सरळ श्री. थॉम्सन यांच्या कार्यालयात गेलो. त्या काळी दिल्लीतल्या चाणक्यपुरीतल्या अमेरिकन दूतावासात सहज जाता येत होतं. आता तो एखाद्या गढीसारखा आहे आणि मी असं ऐकलंय की आत प्रवेश मिळणं अतिशय अवघड झालंय. पीटर यांनी माझ्याशी बोलायचं असल्यामुळं मला जरा लवकर बोलावलं होतं आणि म्हणून दूतावासाच्या कर्मचाऱ्यांबरोबरच्या माझ्या नियोजित भेटीची वेळ लवचिक होती.

मी पीटरना सूर्य ऊर्जेचा अभ्यास करण्याच्या माझ्या आकांक्षेबद्दल सांगितलं आणि आम्ही बऱ्याच गोष्टींवर चर्चा केली. त्या काळी जॉन एफ्. केनेडी माझा दैवतांपैकी एक होते आणि मी त्यांच्या कुटुंबाबद्दल पीटर यांच्याशी चर्चा केली अभियांत्रिकीशिवाय इतर विषयातल्या माझ्या वाचनाबद्दल पीटरना बरंच आश्चर्य वाटलं कारण त्यांना असं वाटलं होतं की आयआयटीमधले विद्यार्थी बरेच मूर्ख असतात. निक्सन यांच्या माफीच्या मुद्याबद्दल त्यांच्याशी चर्चा केलेलीही मला आठवते. त्यांचं असं ठाम मत होतं की निक्सन यांना माफ करण्यात अध्यक्ष फोर्ड यांनी चूक केली. मी नि:पक्षपाती निरीक्षकाच्या भूमिकेतून पहात असल्यानं मला वाटलं की अमेरिकन लोक हे क्षमाशील नसून बदला घेण्याची त्यांची उत्कट इच्छा होती. पण मला त्यांचाही दृष्टिकोन कळत होता कारण त्या काळातल्या तरुण पिढीचं व्हिएतनाम युद्धामुळं अतिशय ध्रुवीकरण झालं होतं आणि तो निक्सन यांचा वारसा आहे असं त्यांना वाटत होतं.

ठरलेल्या वेळी पीटर मला कॉन्सल जनरलच्या (सीजी) कार्यालयात घेऊन गेले. मला काही मिनिटं बाहेर बसायला सांगण्यात आलं. माझ्याशेजारी बसून आत बोलवण्याची वाट पाहणारे गृहस्थ भारताचे ॲटर्नी जनरल होते असं माझ्या लक्षात आलं. मी येण्याच्या कितीतरी आधीपासून ते थांबलेले होते, पण पीटर यांच्यामुळं मला सीजींच्या कार्यालयात लगेच बोलावण्यात आलं. सीजींनी माझा अर्ज, युएफ् चा आय-२० आणि राष्ट्रीय शिष्यवृत्तीची मला देण्यात येणारी रक्कम हे सर्व पाहिलं.

जर मला बरोबर आठवत असेल तर मला राष्ट्रीय शिष्यवृत्तीतून मिळणारी रक्कम युएफ् च्या आय-२० फॉर्मवरच्या मागणीपेक्षा वर्षाला १५०० ते २००० डॉलरनं कमी होती. तेव्हा ही तूट मी कशी भरून काढणार होतो असं सीजींनी मला विचारलं.

मी उत्तर दिलं की यूएफ् चे आकडे हे नेहमी डिस्कोमध्ये जाणाऱ्या, सारख्या पार्ट्या करणाऱ्या आणि संपन्न जीवनशैली असणाऱ्या अमेरिकन विद्यार्थ्यांसाठी होते. उलट साधी रहाणी असणाऱ्या भारतीय विद्यार्थ्याला उदरनिर्वाहासाठी फार पैशांची गरज भासणार नाही. सीजींनी माझ्याकडं रागानं रोखून पाहिलं आणि पीटर यांनी हस्तक्षेप करून परिस्थिती काबूत आणली नसती तर सीजींनी मला त्यांच्या कार्यालयाबाहेर काढलं असतं असं मला वाटलं. पीटर यांनी असा खुलासा केला की सरकारच्या शिष्यवृत्तीतून यूएफ् ची सगळी फी भरली जात असल्यामुळं रहाण्यासाठी दिला जाणारा भत्ता उदरनिर्वाहासाठी पुरेसा होता. कार्यालयातून बाहेर आल्यावर पीटर मला म्हणाले की मी जे बोललो तसं बोलायला नको होतं. तेव्हा मला व्हीसा मिळाला तो पीटर थॉम्सन यांच्यामुळेच.

सीजींना उद्देशून केलेलं माझं विधान फार चुकीचं नव्हतं कारण नंतर मला कळलं की यूएफ् चे आकडे हे विद्यार्थी यूएफ् च्या उपहारगृहात जेवेल हे गृहीत धरून त्यावर आधारलेले होते आणि हे घरी स्वयंपाक करण्यापेक्षा खूपच महाग होतं. तेव्हा माझ्या महिना २५० डॉलरच्या अल्प छात्रवृत्तीमधूनही मला दर महिन्याला बचत करणं शक्य होत होतं. अखेरीस मी गेन्सव्हिलला पोचल्यानंतर पहिली तिमाही पुरी होण्याच्या आतच माझी छात्रवृत्ती वाढून महिना ४०० डॉलर झाली ते वेगळंच.

पण काहीही असो त्याकाळी अमेरिकन व्हीसा मिळणं ही अतिशय अवघड गोष्ट होती. मी अजूनही विचार करतो की पीटर थॉम्सन यांच्या मदतीशिवाय मला व्हीसा मिळाला असता का? माझी खात्री आहे की जर दूतावासाच्या कर्मचाऱ्यांनी आग्रह धरला असता की माझ्या कुटुंबाच्या पैशांतून मी तो फरक भरून काढावा तर माझ्या कुटुंबाची डळमळीत आर्थिक परिस्थिती पहाता असं करणं फारच अवघड झालं असतं. पण जेव्हा गोष्टी घडायच्या असतात तेव्हा कुठून तरी मार्ग दाखविला जातो.

पीटर थॉम्सन हे अतिशय निडर आणि चैतन्यशील गृहस्थ तर होतेच पण जरासे मग्रूरही होते. अर्थात तो उद्धटपणा अमेरिकन सरकारच्या ताकदीमुळं आला होता. व्हीसा

मिळाल्यावर आम्ही दोघंही दैनिक हिंदुस्तानचे संपादक श्री. रतनलाल जोशी यांच्या कार्यालयात गेलो. त्या काळी श्री. जोशी हे श्रीमती इंदिरा गांधींचे अतिशय विश्वासू निकटवर्ती होते आणि त्यामुळं दिल्लीच्या राजकीय पटलावरची एक वजनदार व्यक्तीही. श्री. जोशींनी आम्हा दोघांना त्यांच्या घरी दुपारी जेवायला बोलावलं होतं.

१९४२ सालच्या स्वातंत्र्यलढ्यात रतनलाल जोशी आणि माझे वडील एकत्र तुरुंगात होते आणि अतिशय जवळचे मित्र होते. तेव्हा मी कधी दिल्लीला गेलो की जाऊन जोशीजींना भेटत असे. ते अतिशय बुद्धिमान होते पण हळू आवाजात बोलत आणि ऊर्जा आणि भारतासंबंधी विषयांशी निगडित सर्व मुद्द्यांवर गप्पा मारायला आम्हाला मजा येत असे. जेव्हा मी त्यांना मला अमेरिकन व्हीसा मिळाल्याचं आणि पीटर थॉम्सन यांनी तो मिळवण्यासाठी मदत केल्याचं सांगितलं तेव्हा त्यांनी आम्हाला दोघांना दुपारी जेवायला येण्याचं आमंत्रण दिलं.

आम्ही जोशीजींच्या कार्यालयात दुपारी दीडच्या सुमाराला पोचलो. आम्ही आत गेलो तेव्हा श्री. जोशी फोनवर बोलत होते आणि पुढचा अर्धा तास त्यांचं संभाषण चालू राहिलं. अर्थातच पीटर चांगलेच खवळले आणि जोशीजींचं संभाषण संपल्यावर त्यांनी त्यांना सांगितलं की त्यांना असं समजलंय की श्री. जोशींची हिंदुस्तानच्या संपादकपदावरून लवकरच हकालपट्टी होणार आहे.

श्री. जोशी अतिशय संतापले आणि त्यांचा चेहरा लालेलाल झाला. ते उच्च स्वरात पीटर थॉम्सनना सांगू लागले की सीआयएचे हस्तक काहीही करू शकतात. पीटरना अर्थातच काय होणार आहे हे माहीत असल्यानं त्यांना ही शेरेबाजी सहन झाली नाही आणि ते न जेवताच निघून गेले. मी त्यांना थांबण्याची विनवणी केली पण त्यांनी नमतं घ्यायला नकार दिला.

नंतर मला कळलं की पीटर बरोबर होते आणि पुढील काही महिन्यांतच श्री. जोशीजींना आपली संपादकाची खुर्ची सोडावी लागली. त्याचं मुख्य कारण असं होतं की श्रीमती इंदिरा गांधींना जोशीजी श्री. एच्. एन्. बहुगुणांना जवळचे आहेत असं वाटत होतं. बहुगुणा श्रीमती गांधींचे पक्के वैरी होते आणि पुढे १९७५ साली त्यांनीच श्रीमती गांधींविरुद्धचा अलाहाबाद उच्च न्यायालयाचा प्रसिद्ध निर्णय अमलात आणवला असं मानलं गेलं. शेवटी यामुळंच भारतात आणीबाणी लागू करण्यात आली. पीटर आणि

अमेरिकन दूतावासाला याबद्दल त्यावेळी कसं माहीत होतं हे मला एक रहस्यच वाटतं.

मी २९ डिसेंबर १९७४ रोजी भारत सोडला. हे माझं कुठंही जाण्यासाठी केलेलं पहिलं विमानोड्डाण होतं आणि त्यामुळं माझ्या भावनांचा झालेला उद्रेक मला असह्य होत होता. माझा निरोप घ्यायला माझे सर्व कुटुंबीयच नाहीत तर मित्र-परिवार आणि हितचिंतकही आले होते. मला वाटतं १०-१२ लोक तरी विमानतळावर आले असावेत. त्या काळी विमानतळावर निरोप द्यायला-विशेषत: अमेरिकेला जाणाऱ्या व्यक्तीला - ही मोठी गोष्ट समजली जात असे.

क्ष-किरण तपासणी विकसित झालेली नसल्यामुळं त्याकाळी सुरक्षारक्षक सर्व सामान उघडून तपासत असत. मी बुटाचे काही जोड घेऊन जात होतो ते पाहून तो असभ्य आणि मग्रूर सुरक्षारक्षक उद्गारला की अमेरिकेला जाणारे सगळे विद्यार्थी फक्त बूटच घेऊन जातात. ही व्यक्ती चांगलीच उद्धट होती आणि एका ब्रिटिश जोडप्यानं घरी नेण्यासाठी विकत घेतलेली पकड (सांडशी) त्यानं मोडली. त्यांनी ती दिल्लीतल्या चांदणी चौकात विकत घेतली होती आणि त्यांना ती नाविन्यपूर्ण आणि उपयुक्त वस्तू वाटत होती. सुरक्षारक्षकानं माफी मागण्याइतकंही सौजन्य दाखवलं नाही. त्याकाळी भारतीय विमानतळांवरच्या सीमाशुल्क(Customs) आणि सुरक्षा विभागांतून जाणं हा बराच यातनादायक अनुभव होता. आजकाल तुलनेनं हा अनुभव सहजसोपा आणि सुरळितपणं पार पडणारा असतो. याउलट हल्ली अमेरिकन इमिग्रेशन आणि सुरक्षिततेमधून जाणं हा कधी कधी सत्वपरीक्षा घेणारा भयानक अनुभव वाटतो.

ती ब्रिटिश महिला अतिशय क्षुब्ध आणि नाराज झाली होती आणि रडकुंडीला आली होती. आम्हाला विमानाकडं नेणाऱ्या बसमध्ये आम्ही बसल्यावर सर्व भारतीय त्या सुरक्षारक्षकासारखे असभ्य आणि उद्धट नसतात असं सांगून मी तिची समजूत घालण्याचा प्रयत्न केला. त्याच्या वतीनं मी तिच्याकडं दिलगिरी व्यक्त केली. मला भारतीय असल्याचा अभिमान होता आणि विदेशी व्यक्तींनी भारताबद्दल चांगल्या भावना बाळगूनच परत जावं असं मला वाटत होतं.

मध्यरात्री एअर इंडियाच्या विमानानं उड्डाण केल्यावर मला रडू फुटलं. हा माझ्यासाठी अजब अनुभव होता कारण मी नेहमी स्वत:ला एक खंबीर व्यक्ती समजत आलो होतो, पण माझ्या मातृभूमीबद्दलचं प्रचंड प्रेम माझ्या मनात उफाळून आलं. मी संकल्प केला

की मी अमेरिकेला जाऊन तंत्रज्ञानाबद्दल शिकेन आणि परत येऊन त्याचा उपयोग भारताच्या फायद्यासाठी करेन. ती भावना माझ्या मनात कशी आली याचा मी आजही विचार केला तरी मी थक्क होतो, पण ती प्रचंड आवेगानं आली यात शंका नाही. माझ्या कुटुंबाला मागं सोडून जाण्याचा विषाद होताच, पण भारताबद्दल वाटणारी ही प्रबळ भावना चकित करणारी होती. नवीन लग्न होऊन सासरी जाणाऱ्या मुलीला जे वियोगाचं दुःख होतं त्यासदृश ती होती असं मला वाटतं.

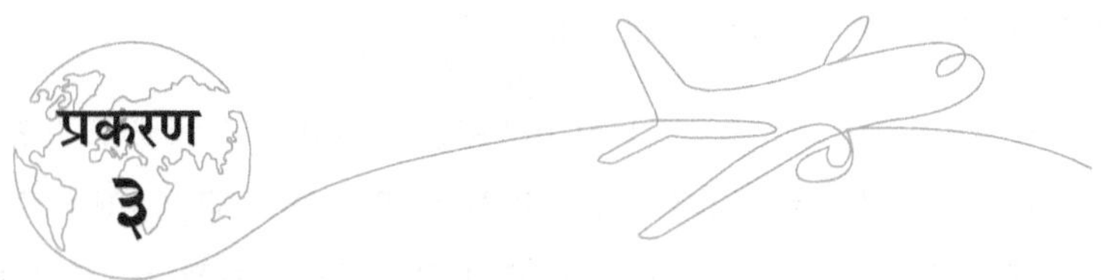

अमेरिकेत आगमन

२९ डिसेंबर १९७४ रोजी त्या गारठवणाऱ्या रात्री मला अमेरिकेला घेऊन जाणारं एअर इंडियाचं विमान वाटेत दोन ठिकाणी उतरलं. पहिला थांबा कुवेतमध्ये इंधन भरून घेण्यासाठी होता. विमान मग लंडनला थांबून शेवटी न्यूयॉर्केला उतरलं.

माझ्या पहिल्या विमानोड्डाणाची उत्सुकता आणि अमेरिकेला चाललोय म्हणून मनात माजलेली खळबळ यांमुळे मला विमानात अजिबात झोप लागली नाही. अगदी आजसुद्धा मी विमानातून अनेक दशलक्ष किलोमीटर प्रवास केल्यानंतरही मला विमानात झोप लागणं अशक्य वाटतं. जेव्हा मी खिडकीतून बाहेर पाहत नव्हतो तेव्हा मी माझ्या सहप्रवाशांशी आणि हवाई सुंदऱ्यांशी गप्पा मारल्या.

कुठल्यातरी अमेरिकन विद्यापीठात शिकवणाऱ्या एका भारतीय प्राध्यापकानं माझ्याशी मैत्री केली. तो बराच वयस्कर होता पण आम्ही खूप गप्पा मारल्या. लंडनला पोचण्याआधी त्यानं मला विचारलं की मी अमेरिकतल्या कोणासाठी दारू घेऊन जात होतो का? मी नकार दर्शवल्यानंतर त्यानं मला विचारलं की मी त्याची एक जादाची बाटली नेऊ शकतो का? त्याकाळी शुल्कमुक्त दुकानातून खरेदी केलेली एकच दारूची बाटली अमेरिकेत आणायला परवानगी होती. त्यामुळं एक जादाची बाटली नेता येणं हा चांगला सौदा होता. त्यानं लंडनच्या विमानतळावर 'शिवास रीगल' च्या दोन बाटल्या विकत घेतल्या. त्यांपैकी एक बाटली मला न्यूयॉर्कमधल्या अमेरिकन सीमाशुल्क अधिकाऱ्यांच्या तपासणीमधून घेऊन जायची होती. त्याच्या इतक्या मैत्रीपूर्ण वागण्याचं इंगित मग माझ्या लक्षात आलं. काही असो त्यामुळं मला लंडनच्या विमानतळावरच्या शुल्कमुक्त दुकानांचं नेत्रदीपक प्रदर्शन पाहता आलं

आणि हेही समजलं की 'शिवास रीगल' ही एक मौल्यवान व्हिस्की असून ती दारू पिणाऱ्या लोकांसाठी चांगलं बक्षीस होऊ शकते.

आम्ही लंडन विमानतळाच्या जवळ आलो तसे माझ्या मनात अजब विचार येऊ लागले. ब्रिटिशांच्या भारतावरच्या वसाहतवादी राज्याचा आणि त्यांनी भारताला कसं लुटलं त्याचा जुना इतिहास मला आठवू लागला. जणू काही तो संपूर्ण भारताच्या जाणिवेचा एक भाग होता आणि मी त्याचा एक अविभाज्य घटक होतो. ही पहिल्या भेटीत निर्माण झालेली भावना नंतर मी अनेक वेळा लंडनला प्रवास करूनही परत कधी माझ्या मनात आली नाही.

माझं एअर इंडियाचं विमान न्यूयॉर्कच्या जॉन एफ. केनेडी (जेएफके) विमानतळावर उतरणार होतं आणि दुसऱ्या दिवशी माझं फ्लॉरिडामधल्या गेन्सव्हिलला जाणारं ईस्टर्न एअरलाइन्सचं विमान लग्वार्डिया विमानतळावरून निघणार होतं.

मी कोणतीही गोष्ट पटकन आत्मसात करत असे आणि इतर लोक कसं वागताहेत ते पाहून मीही त्यांचं अनुकरण करायला सहज शिकलो. त्यामुळं अमेरिकेला माझी ही पहिली भेट असली तरी न्यूयॉर्कमधले कस्टम्स आणि इमिग्रेशनचे उपचार पूर्ण करायला मला काहीच अडचण आली नाही.

जेएफकेमध्ये उतरण्याअगोदर माझी आणखी एका भारतीय प्राध्यापकांशी ओळख झाली. ते एक अतिशय सभ्य गृहस्थ होते आणि एक नवीन भारतीय विद्यार्थी अमेरिकेला येत आहे हे पाहून त्यांना फार आनंद वाटला. त्यांनी मला अमेरिका ही सुसंधी देणारी भूमी आहे आणि हा देश सर्वांना उज्वल भवितव्य देत असल्यामुळं मी कधीही परत भारतात जाऊ नये असं सांगितलं. त्यांनी इमिग्रेशन आणि कस्टम्स तसंच दुसऱ्या दिवशी विमान पकडण्यासाठी जाण्याबद्दलची माझी चिंता बरोबर जाणली. कस्टम्स आणि इमिग्रेशनच्या अधिकाऱ्यांशी कसं वागायचं ते त्यांनी मला सांगितलं. याशिवाय तेही हेलिकॉप्टर सेवा वापरून लग्वार्डियाला जाणार असल्यामुळं शटल घ्यायला त्यांनी मला मदत केली आणि जेएफकेवरून लग्वार्डियाला जाताना हेलिकॉप्टरमधून न्यूयॉर्कमधली महत्त्वाची ठिकाणंही दाखवली. तो रात्रीचा झगमगाट म्हणजे एक अद्भुतरम्य दृश्य होतं आणि आजही मी जेव्हा त्या प्रवासाबद्दल विचार करतो तेव्हा त्या प्रेक्षणीय देखाव्याच्या विस्मयकारक आठवणींनी माझं मन परत भरून जातं.

जेव्हा आम्ही लग्वार्डिया विमानतळावर पोहोचलो तेव्हा त्या प्राध्यापकांनी (त्यांचं नाव आता मला आठवत नाही) मला मी रात्री कुठे रहाणार आहे असं विचारलं. मी त्यांना सांगितलं की मला कुठं जाण्यासारखी जागा नाही तेव्हा त्यांना फारच आश्चर्य वाटलं. त्यांनी मला सांगितलं की विमानतळांवर रेंगाळायला मनाई आहे आणि पोलिसांच्या तसं लक्षात आलं तर ते मला विमानतळ सोडून जाण्याची सक्ती करतील. त्या प्राध्यापकांनी शोधून काढलं की मध्यरात्रीपर्यंत किंवा पहाटेपर्यंत लग्वार्डियाला येणारी किंवा तिथून जाणारी विमानोड्डाणं आहेत, त्यामुळं मी कुठल्या तरी विमानासाठी थांबलोय असं जर दाखवलं तर सर्व काही ठीक होईल.

माझी एकुलती एक सुटकेस विमानतळावरच्या लॉकरमध्ये ठेऊन आणि त्याची किल्ली देऊनही त्यांनी मला मदत केली. त्याकाळी विमानतळावरच्या लॉकरसाठी २५ सेंटची दोन नाणी लागत असत. मला माझी पेटी बाहेर काढून परत ठेवायची गरज असेल तर असावीत म्हणून त्यांनी मला आणखी दोन नाणी दिली. त्यांनी मला आश्वासित केलं की सगळं काही ठीक होईल आणि त्यांचं भेटकार्ड माझ्याकडं दिलं. या भारतीय प्राध्यापकांच्या औदार्यामुळं मला अमेरिकेत माझं हार्दिक स्वागत झाल्यासारखं वाटलं.

मी लग्वार्डिया विमानतळावर रात्री साडेआठला पोचलो होतो आणि दुसऱ्या दिवशी सकाळी सात वाजता माझं गेन्सव्हिलला जाणारं विमान सुटणार होतं. तेव्हा माझ्याजवळून जाणाऱ्या अमेरिकेचं निरीक्षण करण्याशिवाय माझ्याकडं दुसरं काहीच काम नव्हतं.

बहुतेक एअर इंडियाच्या विमानातलं झकास चमचमीत जेवण, झोपेचा अभाव आणि मनातली एकूण खळबळ यामुळं मला किंचित अपचन झालं. म्हणून मी दोन-तीन वेळा शौचालयात गेलो. पाश्चात्य पध्दतीचा संडास मी प्रथमच वापरत असल्यामुळं त्यावर मी उकिडवा बसत होतो. अमेरिकेत सार्वजनिक शौचालयांची दारं खालून उघडी असतात, त्यामुळं आतल्या व्यक्तीचे पाय कोणालाही दिसू शकतात. तेव्हा शौचालयात कोणी आल्याची चाहूल लागली की मी पाय खाली सोडत असे आणि हा कार्यक्रम काही काळ चालू राहिला.

मी शौचालयातून बाहेर आल्यावर माझे हात धुतले आणि ते पुसायला नेहमीच्या सवयीप्रमाणं माझ्या खिशातून रुमाल बाहेर काढला. शेजारच्या वॉश बेसिनशी हात

धुवत उभ्या असलेल्या एका कृष्णवर्णीय प्रवाशानं लगेच म्हटलं, "अरे माणसा तो कागद घे, फुकट आहे तो!" मी त्याच्या शेऱ्याला हसलो कारण त्याला बहुतेक वाटलं की या गरीब भारतीय माणसाला पैसे द्यावे लागतील म्हणून कागदी टॉवेल घ्यायची भीती वाटत असावी. आम्ही थोडा वेळ गप्पा मारल्या आणि मी त्याला माझ्याबरोबर कॉफी घेण्याची विनंती केली. अशा तऱ्हेनं त्या भारतीय प्राध्यापकांनी दिलेले ५० सेंट वापरले गेले.

लग्वार्डिया विमानतळावरचा देखावा शानदार होता. ती नवीन वर्षाच्या आदल्या दिवशीची रात्र असल्यानं बरीच गर्दी होती. अमेरिकन लोक सर्व काही सार्वजनिकरित्या करत असल्यामुळं मी प्रथमच अमेरिकन समाजातला मोकळेपणा पाहिला. काही जोडपी उत्कटतेनं चुंबन घेत होती आणि प्रत्यक्ष संभोग सोडून बाकी सर्व काही उघडपणे करत होती. भारतासारख्या एका रूढीवादी आणि नेमस्त समाजातून आलेल्या तरुणाला हा एक साक्षात्कारच होता.

त्या काळी लग्वार्डियाच्या प्रतीक्षा-दालनात कोच असत. तेव्हा माझं सामान जिथं ठेवलेलं होतं त्याजवळच्या एका कोचावर मी विश्रांतीसाठी पडलो. भारतीय प्राध्यापकांनी न झोपण्याचा सल्ला दिलेला असल्यामुळं मी पोलीस येत नाही ना यावर लक्ष ठेऊन होतो. पोलीस दिसताच मी उठून बसत असे आणि वाचत असल्याचा आव आणत असे. तो निघून गेल्यावर मी पुन्हा पडत असे. ती रात्र मी अशातऱ्हेनं घालवली.

सकाळ होईपर्यंत मी जेमतेम तासभर झोपलो असेन आणि गेन्सव्हिलला पोचल्यावर झोपीन असा विचार मी केला. मी कुठे राहणार होतो किंवा मी मागितलेल्या वसतीगृहापर्यंत कसा पोचणार होतो याची मला किंचितही कल्पना नव्हती. मी गेन्सव्हिलला पोचल्यावर या सर्व गोष्टी कशा का होईना व्यवस्थित मार्गी लागतील असं मला वाटलं. मला असंही वाटलं की ज्या शक्तीमुळं मी इतक्या दूरपर्यंत आलो तीच मला पुढचा मार्गही दाखवेल.

सकाळी ताजंतवानं होऊन मी लॉकरमधून माझं सामान काढायला गेलो आणि ते अजून तिथंच असल्याचं पाहून मला आनंद झाला. भारतासारख्या जिथे लॉकरमधून चोऱ्या होण्याची भीती असते अशा देशातून आलेलो असल्यामुळं माझं सामान

शाबूत असणं हा एक नवा अनुभव होता.

न्यूयॉर्कहून गेन्सव्हिलला जाणारं उड्डाण ईस्टर्न एअरलाइन्सच्या एका लहान जेट विमानानं होतं. अमेरिका आकाशातून कशी दिसते हे पहाण्यासाठी मी पुन्हा खिडकीजवळच्या आसनाची मागणी केली. मी माझ्या शेजारच्या प्रवाशाशी मैत्री केली. तो इलेक्ट्रिकल इंजिनिअरिंग मध्ये पी.एच्.डी. करणारा चिनी विद्यार्थी होता. त्यामुळं युनिव्हर्सिटी ऑफ फ्लॉरिडाबद्दल मी त्याला लाखो प्रश्न विचारले. त्यानं इलेक्ट्रिकल इंजिनिअरिंग विभाग अतिशय चांगला होता असं मला खात्रीपूर्वक सांगितलं, पण मेकॅनिकल इंजिनिअरिंग विभागाबद्दल तो स्पष्टपणं बोलत नव्हता. जेव्हा मी त्याला डॉ. एरिक फार्बर यांच्याबद्दल विचारलं तेव्हा तो म्हणाला की त्यानं त्यांच्याबद्दल काही ऐकलं नव्हतं. ते ऐकून माझ्या पायाखालची जमीन सरकली आणि यूएफ् ला येण्यात मी चूक तर केली नाही ना असं मला वाटू लागलं.

जसं गेन्सव्हिल जवळ आलं तसं मी खिडकीतून बाहेर पाहिलं पण मला झाडांशिवाय काहीच दिसलं नाही. लखनऊ विमानतळापेक्षाही लहान असणाऱ्या अशातशा विमानतळावर आम्ही उतरलो. विशेष म्हणजे त्या काळी भारतीय विमानतळ हास्यास्पद होती. हातानं ढकलायच्या गाड्यावर हमालानं आमचं विमानातलं सामान बाहेर आणलं आणि आम्हाला आपलंआपलं सामान उचलायला सांगितलं.

१९७० च्या दशकाच्या सुरुवातीला गेन्सव्हिल हे एक लहान, १,३०,००० लोकसंख्येचं, विद्यापीठ असलेलं गाव होतं. विद्यापीठातल्या विद्यार्थ्यांची संख्या अंदाजे २८,००० होती. तिथं जवळजवळ काहीच उद्योगधंदे नव्हते आणि फक्त विद्यापीठातील लोकांशी निगडित व्यापारउदीम चालायचा. हे इतका लहान विमानतळ आणि एका दिवसात असणारी इतकी कमी उड्डाणं यांचं कारण होतं. याच्याविरुद्ध आजमितीला गेन्सव्हिल हे बरंच मोठं शहर झालं असून विद्यार्थी संख्या जवळपास ४६००० आहे. शहरात ठिकठिकाणी मोठमोठे शॉपिंग मॉल आणि मोठी गृहनिर्माण संकुलं दिसून येतात. याशिवाय रहाण्यासाठी अमेरिकेतील एक सर्वोत्तम शहर म्हणून ते सातत्यानं गणलं जातं.

विमानतळाच्या प्रवेशद्वाराशी एका वयस्कर गृहस्थांनी आणि त्यांच्या बायकोनं मला अभिवादन केलं. त्या विमानात मी एकटाच भारतीय असल्यामुळं त्यांनी मला लगेच

ओळखलं. ते वयस्कर गृहस्थ यूएफ् च्या न्युक्लिअर इंजिनिअरिंग विभागातले निवृत्त प्राध्यापक होते आणि त्यांनी आणि त्यांच्या बायकोनं विमानतळावरून मला घेऊन येण्याचं काम स्वखुशीनं स्वीकारलं होतं. अनेक दिवसांपूर्वी मी आंतरराष्ट्रीय विद्यार्थी कार्यालयाला लिहिलं होतं की माझी यूएफ् मध्ये कोणाशी ओळख नव्हती आणि मला विमानतळावरून कोणी घ्यायला आलं तर फार बरं होईल. तेव्हा नव्या वर्षाच्या संध्याकाळी त्यांचं विमानतळावर मला घ्यायला येणं मला फारच छान वाटलं.

त्या प्राध्यापकांनी मला सांगितलेली पहिली गोष्ट म्हणजे मला चांगल्या झोपेची गरज होती. माझे लाल डोळे आणि गबाळा अवतार पाहून त्यांना तसं वाटलं असावं. मी कुठे रहाणार आहे याची त्यांनी चौकशी केली. मला यूएफ् च्या निवास व्यवस्था कार्यालयाकडून काही कळलं नव्हतं असं सांगितल्यावर त्यांनी मला सरळ आंतरराष्ट्रीय विद्यार्थी कार्यालयात नेलं.

तो दिवस होता ३१ डिसेंबर १९७४, परंतु नाताळची सुट्टी असल्यामुळं तो मंगळवार असला तरी विद्यापीठात चिटपाखरूही नव्हतं. तरीसुद्धा आंतरराष्ट्रीय विद्यार्थी कार्यालयाच्या प्रमुख असलेल्या एक अतिशय आकर्षक अशा बाई ॲन कॉर्बिन बहुतेक माझ्या येण्याची वाट पहात थांबल्या होत्या. त्या अतिशय मदतशील होत्या आणि त्यांनी काही भारतीय विद्यार्थ्यांना फोन लावले. परंतु सुट्ट्यांचा मोसम असल्यामुळं कोणीच भेटलं नाही. अनेक वेळा प्रयत्न केल्यावर त्यांना एक भारतीय विद्यार्थी मिळाला. तो बाहेरगावाहून आला होता आणि एका सदनिकेत पाहुणा म्हणून रहात होता. ॲनना वाटलं की मी १-२ दिवस तिथे राहू शकलो असतो आणि १ किंवा २ जानेवारीला विद्यापीठ उघडल्यावर मला निवास व्यवस्था कार्यालयात जाऊन माझ्या रहाण्याची काय सोय झाली आहे हे शोधता आलं असतं.

तेव्हा दुपारी १२ च्या सुमाराला ते प्राध्यापक आणि त्यांच्या बायकोनं मला विद्यापीठापासून तीन मैलांच्या अंतरावर असलेल्या त्या सदनिकेत आणून सोडलं. भारतीय पाहुण्यानं मला अभिवादन केलं. घाईघाईत नमस्कार करून मी लगेच आंघोळ केली आणि बाथटबमध्ये घसरून पडून हाडं मोडण्यापासून थोडक्यात वाचलो. सुदैवानं काही झालं नाही. आंघोळ करून ताजंतवानं झाल्यावर तो भारतीय विद्यार्थी आणि मी एका जवळच्याच ठिकाणी जेवायला गेलो. गेले १०-१२ तास काही न खाल्ल्यानं मला खूप भूक लागली होती, कारण मला न्यूयॉर्कच्या

विमानतळावर खाण्यासाठी पैसे खर्च करायचे नव्हते.

जरी मला भूक लागली होती आणि झोप येत होती तरी मी त्या सदनिकेतून जवळच्या उपहारगृहात चालत जाईपर्यंत ज्या गोष्टीनं मला प्रभावित केलं अशी पहिली गोष्ट म्हणजे प्रचंड शांतता. तो सुट्ट्यांचा हंगाम असल्यामुळं रस्त्यावर कमी मोटारगाड्या होत्या. पण कोणीच हॉर्न वाजवत नव्हतं आणि एकूण फारच कमी आवाज होता. लखनऊ आणि दिल्लीच्या माझ्या परिसराशी तुलना केली तर परिस्थितीत प्रचंड तफावत होती कारण या दोन्ही ठिकाणी आवाजाचं भारी प्रदूषण होतं आणि हल्ली तर त्याची मोठी साथच झाली आहे.

आम्ही 'स्टेक अँड शेक' मध्ये गेलो. हे माझं अमेरिकेतलं पहिलं जेवण होतं आणि तिथं मुख्यत: गोमास आणि चिली (खिम्याचं चमचमीत कालवण) मिळत होतं. भारतातून आलेल्या माझ्यासारख्या जवळजवळ पूर्ण शाकाहारी व्यक्तीसाठी ही अमेरिकेची अजब ओळख होती. त्यानंतर मी सदनिकेत येऊन झोपलो. तेव्हा दुपारचे १-२ वाजले होते आणि मी उठलो तेव्हा रात्रीचे साडेअकरा. दिवाणखान्यातून मला चमत्कारिक आवाज ऐकू येत होते. त्या सदनिकेचा मालक एक भारतीय पदव्युत्तर विद्यार्थी त्याच्या सुट्टीहून परतला होता आणि दूरचित्रवाणीवर अमेरिकन फुटबॉल पाहत होता. मी स्वत:ची ओळख करून दिली, पण त्या भारतीय विद्यार्थ्यात असलेल्या माझ्याविषयीच्या कुतूहलाच्या अभावाचं मला आश्चर्य वाटलं. तो गेन्सव्हिलमध्ये जवळजवळ चार वर्षं होता आणि भारतीय असलेल्या कोणत्याही गोष्टीत त्याला फारच कमी स्वारस्य होतं. त्यानं मला वस्तुस्थितीवर आधारित सल्ला दिला की त्याच्या सदनिकेत रहाणारे इतरजण दुसऱ्या दिवशी येणार असल्यामुळं मी रहायला दुसरी जागा शोधावी.

मला अजूनही खूप झोप येत होती म्हणून मी परत झोपायला गेलो आणि सकाळी उठलो तेव्हा मला बरंच ताजंतवानं वाटत होतं.

सकाळी त्या सदनिकेत रहाणारे इतर भारतीय विद्यार्थी आले आणि ज्याच्या खोलीत मी झोपलो होतो त्यानं मला बेधडकपणे बाहेर निघायला सांगितलं. त्यानं सुचवलं की तिथलं स्थानिक वृत्तपत्र गेन्सव्हिल सनमधल्या जाहिराती पाहून त्यात दिलेल्या क्रमांकांना मी फोन करावा. मी एकेठिकाणी फोन केला पण त्या व्यक्तीला माझं इंग्रजी

समजेना तेव्हा लवकरच माझ्या लक्षात आलं की अशा त-्हेनं सदनिका शोधणं हा व्यर्थ प्रयत्न आहे.

यावेळपर्यंत माझा आयआयटी कानपूरचा एक वर्गमित्र उदय प्रताप सिंग हा गेन्सव्हिलमध्ये काम करतोय असं मला आठवलं. उदय आणि माझा आयआयटी कानपूरमध्ये विशेष परिचय नव्हता. फक्त तोंडओळख होती म्हणता येईल. पण या परदेशी जमिनीवर आम्ही अनेक दिवस गमावलेला मित्र भेटावा तसं भेटलो. त्यानं लगेच मला जागा सापडेपर्यंत त्याच्या सदनिकेत येऊन रहायला सांगितलं. पण मी विचार केला की विद्यापीठ परिसरात माझ्या रहाण्याची काय सोय आहे त्याचा प्रथम शोध घ्यावा.

तेव्हा दुसऱ्या दिवशी सकाळी मी विद्यापीठाच्या निवासी व्यवस्था कार्यालयात गेलो. माझ्या मित्राच्या सदनिकेपासून ते कार्यालय २-३ मैलांच्या अंतरावर होतं, पण हिवाळा असल्यामुळं हवामान अतिशय आल्हाददायक होतं म्हणून मी चालतच तिथं गेलो. मला फारच आश्चर्य वाटलं की दर २-३ मिनिटांनी एखादा गाडीचालक थांबून मला त्याच्याबरोबर गाडीतून जाण्याविषयी विचारत होता. त्यांच्या औदार्यानं माझं मन भरून आलं आणि मी त्यांचे आभार मानले. त्याकाळी पायी चालणं ही दुर्मिळ गोष्ट होती आणि बहुतेक वेळा लोक सायकलवरून तरी जात किंवा मोटारगाडी चालवत. गेन्सव्हिलची बस व्यवस्था नसल्यातच जमा होती, तेव्हा गावात कुठंही जाणं ही अवघड गोष्ट होती. मला चालणं आवडायचं आणि हिरवागार परिसर सुखद वाटायचा. सध्याची अमेरिका हे अतिशय वेगळं ठिकाण आहे आणि तुम्हाला चालताना पाहून कोणीही मोटारगाडीतून यायचं आहे का असं विचारणार नाही.

निवासी व्यवस्था कार्यालयात पोचल्यावर काउंटरवरच्या बाईला मी विद्यापीठ परिसरात रहाण्याची व्यवस्था होऊ शकेल का म्हणून विचारलं. ती म्हणाली की सर्व सदनिका पूर्णपणे भरलेल्या आहेत आणि जर तिला आधी विनंती केलेली असेल तरच ती मदत करू शकते. मी तिला सांगितलं की सप्टेंबर महिन्यात मी एक पत्र पाठवलं होतं पण उत्तर न मिळाल्यामुळं ते त्यांना मिळालंय की नाही याची मला खात्री नव्हती. ती परत आतल्या अभिलेख कार्यालयाच्या खोलीत गेली आणि माझं पत्र तिनं शोधून आणलं. तिनं मला सांगितलं की बीटी टॉवर्समध्ये माझ्या रहाण्याची सोय होऊ शकेल. हे ऐकून मी इतका आनंदित झालो की त्या बाईला जवळजवळ मिठीच मारली.

निवासी व्यवस्था कार्यालयाच्या शेजारी असलेले बीटी टॉवर्स हे पदव्युत्तर विद्यार्थ्यांसाठी असलेलं विद्यापीठातलं सगळ्यात महाग वसतिगृह होतं. जर मला बरोबर आठवत असेल तर त्याचं भाडं दर तिमाहीला १७५ डॉलर होतं आणि माझ्याकडे फक्त २०० डॉलरच्या थोडी वर एवढीच रक्कम होती. शिवाय १००% पैसे आगाऊ द्यायचे होते आणि माझी मासिक छात्रवृत्ती जी भारतीय वकिलातीतून यायची होती ती केव्हा येईल ते मला माहीत नव्हतं.

परंतु ज्या भारतीय विद्यार्थ्यांच्या सदनिकेत मी पहिल्या दोन रात्री घालवल्या होत्या त्यांच्याकडून माझं जे उद्धटपणाचं स्वागत झालं होतं त्यामुळं मी ताबडतोब निर्णय घेऊन बीटी टॉवर्समध्ये प्रवेश घेऊन टाकला. माझा मित्र उदय यानं मला सांगितलं की भारतीय वकिलातीतून माझा चेक मला मिळेपर्यंत तो मला किराणामाल आणि इतर गोष्टींसाठी पैसे उसने देईल. तेव्हा त्या संध्याकाळी उदय त्याच्या कार्यालयातून परत आल्यावर मी त्याच्या सदनिकेतलं माझं सामान बीटी टॉवर्समध्ये हलवलं.

बीटी टॉवर्समधल्या सदनिका लहान पण बऱ्याच आलिशान होत्या. प्रत्येक सदनिकेत केंद्रीय वातानुकूलन व्यवस्था असून दोन खोल्या, स्वयंपाकघर–जेवणखोली आणि संलग्न प्रसाधनगृह होतं. प्रत्येक सदनिकेत दोन विद्यार्थी- म्हणजे प्रत्येक खोलीत एक असं असणं अपेक्षित होतं, पण वसतिगृहांचा तुटवडा असल्यामुळं प्रत्येक सदनिकेत चार विद्यार्थी रहात होते, म्हणजे प्रत्येक खोलीत दोन. स्वयंपाकघर अधुनिक होतं आणि रेफ्रिजरेटरही होता त्यामुळं मला फक्त स्वयंपाकासाठी काही भांडी विकत घ्यावी लागली. बाकीची मी नंतर इतरांकडून उसनी घेतली.

अजून सुट्ट्यांचा हंगाम चालू असल्यामुळं माझ्या सदनिकेत येणारा मी पहिलाच होतो आणि माझ्याबरोबर रहायला कोण येणार आहे हे मला माहीत नव्हतं. मध्यरात्री एका अतिशय जाडजूड, युरोपियन ऑक्सेंटमध्ये बोलणाऱ्या माणसानं मला उठवलं. मला खूप झोप आली होती आणि त्याला गुडनाइट म्हणून मी परत झोपून गेलो. दुसऱ्या दिवशी सकाळी मला कळलं की केमिस्ट्री विभागातला तो पदव्युत्तर विद्यार्थी रुमेनियाचा होता आणि त्याचे वडील रुमेनियाच्या अध्यक्षांच्या खालोखाल दुसऱ्या क्रमांकावर होते.

आम्ही चांगले मित्र झालो आणि त्याला माझ्याबरोबर एक प्रकारचं नातं असल्यासारखं वाटत असे कारण एक तर त्याला राज कपूरचे चित्रपट अतिशय आवडत आणि दुसरं

त्याच्यासारखा मीही परदेशीय होतो. त्याला अमेरिकेविषयी तिरस्कार होता. अमेरिकनांपेक्षा परकीय विद्यार्थ्यांबरोबर रहाणं त्यानं केव्हाही पसंत केलं असतं. मी त्याच्याबरोबर वाद घालत असे आणि त्याला विचारत असे की त्याला जर अमेरिका आवडत नव्हती तर तो त्या देशात का रहात होता. पण त्यानं या प्रश्नाला कधीच समाधानकारक उत्तर दिलं नाही. माझ्या अमेरिकेतल्या वास्तव्यात मला ही प्रवृत्ती बऱ्याच परदेशी विद्यार्थ्यांमध्ये आढळून आली. ते सगळे अमेरिकेवर टीका करायचे, पण ती त्यांना कधीच सोडायची नव्हती.

कधीकधी माझ्या रुमेनियन मित्राला भेटायला केजीबी या रशियन हेरखात्यात असल्यासारखे दिसणारे, गडद रंगाचे सूट घातलेले लोक येत असत. तो पट्टीचा दारू पिणारा असल्यामुळं ते त्याच्यासाठी व्होडकाच्या बाटल्यांची खोकी आणत असत. मी कधीही त्याच्या भेटीला येणाऱ्या लोकांचा विषय काढला तर तो माझ्या प्रश्नाकडं कानाडोळा करीत असे. मी पुढच्या तिमाहीत 'रीड कोऑप' मध्ये हलल्यावर आमचा संपर्क तुटला. पण माझ्या ऐकण्यात असं आलं की तो एकाएकी पुढचा पत्ता न देता युएफ् सोडून गेला.

दुसऱ्या दिवशी सकाळी मी मोठ्या आतुरतेनं माझ्या डिपार्टमेंटमध्ये गेलो. अमेरिकन विद्यापीठात हा माझा पहिला दिवस होता. हिवाळ्याचं तिमाही सत्र सुरु झालं असल्यामुळं विद्यापीठ परिसरात बरीच वर्दळ आणि धामधूम होती. माझ्यासाठी सगळंच नवीन नवीन आणि अनोखं होतं, त्यामुळं मी जितके अनुभव आणि दृश्यं मनात सामावून घेणं शक्य होतं तितकी घेतली.

मी माझ्या विभागाच्या कार्यालयात पोचलो, सगळं कागदपत्रांचं काम संपवलं आणि माझे प्राध्यापक डॉ. एरिक फार्बर यांना भेटायला गेलो. मेकॅनिकल इंजिनिअरिंग विभागाच्या कार्यालयातल्या कर्मचारीवर्गाची कमालीची नम्रता आणि सहाय्यकारी वागणूक यांनी मी भारावून गेलो. तसं पाहिलं तर १९७० च्या दशकातील अमेरिकन समाज अत्यंत दयाळू आणि सभ्य असा होता. हल्ली जो थोडाफार उद्धटपणा दिसतो तो खूपच नंतर आला.

मला सांगण्यात आलं होतं की डॉ. फार्बर काही वेळात येतील म्हणून मी थांबलो आणि ते आल्यावर त्यांच्या कार्यालयात जाऊन स्वत:ची ओळख करून दिली. मी

त्यांना विचारलं की मला येऊन त्यांच्या हाताखाली काम करायचंय अशा आशयाचं माझं पत्र त्यांना मिळालं होतं का? त्यावर त्यांनी उत्तर दिलं की रोज त्यांना २०० पत्रं येतात तेव्हा त्यातलं माझं कुठलं होतं याची त्यांना खात्री नव्हती. मला आलेला त्यांच्या उद्धटपणाचा हा पहिला अनुभव होता आणि असे प्रसंग माझ्या युएफ् च्या कारकिर्दीत नंतर बऱ्याच वेळा आले.

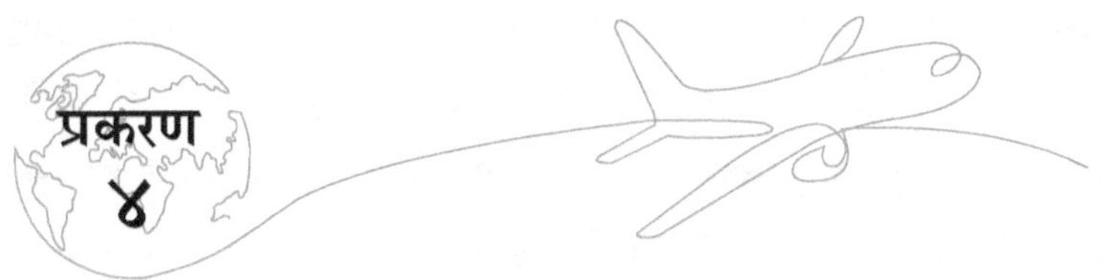

विद्यापीठातलं जीवन

मी लवकरच आणि सहजपणे विद्यापीठातल्या आयुष्यात रुळलो. भारतातून आल्यानंतर तर अमेरिकेतलं सगळं खूप सोपं आणि चांगलं वाटत होतं. एकूणच आयुष्य इतकं दर्जेदार होतं की मला घरी जाण्याची अजिबात ओढ लागली नाही यात काय आश्चर्य? उलट विद्यापीठ परिसरातल्या एकूण परिस्थितीमुळं मला अगदी घरी असल्यासारखंच वाटत होतं. युएफ् च्या इतिहासात १९७४-७५ हा अतिशय वाईट काळ होता, कारण दर शनिवारी आणि रविवारी विजेची कपात होत असे, हिवाळ्यात तापमान-नियंत्रक कमी तापमानावर ठेवला जाई आणि विद्यापीठाचा अर्थसंकल्प मोठ्या तुटीचा होता. तेव्हा आमच्या विभागात शनिवारी-रविवारी वीज नसे आणि जसं जसं गेन्सव्हिलचं तापमान वाढू लागलं तसतशा कार्यालयांच्या सगळ्या खिडक्या उघडण्यात आल्या आणि गार वाटावं म्हणून हातातल्या पंख्यानं वारा घ्यावा लागे. अगदी भारतातल्यासारखी परिस्थिती होती. सुदैवानं १९७५ च्या वसंत ऋतूच्या तिमाहीत परिस्थिती सुधारली.

मी माझ्या अभ्यासक्रमाच्या कामाची पूर्तता करण्यात जसजसा गुंगून गेलो तसतशी सर्व क्षेत्रात शक्य होईल तितकं शिकण्याची मोठी इच्छा मला होऊ लागली. हे असं चांगले शिक्षक, उत्कृष्ट लायब्ररी सुविधा किंवा एकूणच विद्याव्यासंगाचं वातावरण यामुळंही झालं असेल. युएफ् हे एक प्रमुख विद्यापीठ असून एकाच परिसरात जवळजवळ सर्व शाखा उपलब्ध होत्या यामुळं मला असं वाटायला आणखी मदत झाली. अनेक विषयांचा एकत्रित अभ्यास करायलाही ही परिस्थिती अनुकूल होती.

अशातऱ्हेनं मी वेगवेगळ्या विद्याशाखांमध्ये चर्चासत्रांना उपस्थित राहू लागलो.

त्याकाळी इंटरनेट किंवा फॅक्स नसल्यामुळं मला वेगवेगळ्या विभागांमध्ये जाऊन चर्चासत्रांची आगाऊ सूचना किंवा परिपत्रकं मिळण्यासाठी स्वत:चं नाव नोंदवावं लागे. अशा सूचना मिळाल्यावर मी चर्चासत्रांना हजर राहत असे. मला सूर्यऊर्जा आणि मेकॅनिकल इंजिनिअरिंग याच विषयात रस होता असं नाही पण मटीरिअल सायन्स, केमिकल इंजिनिअरिंग आणि इलेक्ट्रिकल इंजिनिअरिंग तसंच चित्रपट रसग्रहण व निद्रा आणि स्वप्नं असे मानव्यविद्या शाखेतील कोर्सेसही मी घेतले.

माझ्या कोर्सेसमध्ये माझी कामगिरी चांगली होती आणि बहुतेकवेळा मला ए किंवा बी प्लस श्रेणी मिळत असे. मला आठवतय एका कोर्समध्ये तर प्राध्यापकांनी मला १०० पैकी १५० गुण दिले कारण दुसऱ्या कोणालाच आलं नव्हतं असं एक जादाचं उदाहरण मी सोडवलं होतं. मी काही अलौकिक बुद्धिमत्तेचा किंवा अतिशय हुशार नव्हतो पण मेहनती नक्कीच होतो. जेव्हा एखादा प्रश्न सोडवायला दिला जाई तेव्हा मी लायब्ररीत जाऊन चांगलं संशोधन करीत असे आणि एखाद्या वैज्ञानिक नियतकालिकात त्याचं उत्तर सापडलं की ते मी कुशलतेनं दिलेल्या उदाहरणाला कसं लागू पडेल हे बघत असे. माझं उत्तर इतरांना बघण्यासाठी सूचनाफलकावर लावलं जाई. इतर कोर्सेसमध्येही अशा घटना एक-दोन वेळा घडल्या.

हा असाही काळ होता की विद्यापीठांमध्ये इलेक्ट्रॉनिक क्रांतीची नुकतीच कुठे सुरुवात होऊ पहात होती. माझ्याबरोबरच्या एका विद्यार्थ्यानं ह्युलेट पॅकर्ड कंपनीचा कॅलक्युलेटर साडेआठशे डॉलरला खरीदला होता! तो महाग तर होताच पण विद्यापीठातल्या पहिल्या काही कॅल्क्युलेटरांपैकी एक असल्यामुळं तो विद्यार्थी त्याला जिवापाड जपायचा. त्याला स्वत:च्या कमरेच्या पट्ट्याला लावूनच मग तो हिंडायचा. मी त्याला मागितल्यावर अगदी अनिच्छेनंच थोड्या काळाकरता तो कॅल्क्युलेटर मला वापरायला मिळत असे. मला स्लाइड रूलची सवय होती, पण कॅलक्युलेटर वापरायला अतिशय सोपा आणि उपयुक्त वाटे. एका वर्षभरातच या कॅलक्युलेटरच्या किंमती ७०-८० डॉलरपर्यंत खाली आल्या. आजमितीला याच कॅलक्युलेटरची किंमत ५ डॉलरपेक्षा जास्त असणार नाही.

आमच्या विभागात कॅलक्युलेटर विरुद्ध स्लाइड रूल यांच्या जमेच्या बाजूंबद्दल मोठा वादविवाद होत असे. सर्व वयोवृद्ध प्राध्यापकांना वाटत असे की हे कॅलक्युलेटर वापरून इंजिनिअर आपली संख्या आणि संकल्पन(Design) यांची जाणीव गमावून बसतील. काही महिन्यांतच हेच प्राध्यापक ते वापरू लागले कारण ते अतिशय उपयोगी होते.

अशा तऱ्हेचाच वादविवाद मला १९८० च्या दशकाच्या सुरुवातीला जेव्हा वैयक्तिक संगणक विद्यापीठात दिसू लागले तेव्हा बघायला मिळाला. जुने प्राध्यापक तक्रार करू लागले की संशोधनाशिवाय आता त्यांना सेक्रेटरीही बनावे लागणार होते. पण थोड्याच काळात ते सगळे टंकलेखन करायला शिकले आणि ही यंत्रं त्यांना वापरायला सोपी आणि अतिशय सोयीची वाटू लागली.

युएफ् अमेरिकेतल्या उत्तम विद्यापीठांपैकी एक असल्यामुळं तिथं खूप प्रसिद्ध व्यक्ती व्याख्यानं द्यायला आणि चर्चा, परिसंवाद यांत भाग घ्यायला येत असत आणि शक्य होईल तितक्यांदा मी या कार्यक्रमांना उपस्थित राहत असे. मला असं नेहमी आढळून आलं आहे की एखाद्या विद्यार्थ्याला विद्यापीठातल्या शिक्षणातून जेवढं ज्ञान वेचता येईल तेवढं त्यानं वेचलं पाहिजे. विद्यापीठ त्याला ते ज्ञान थाळीवर वाढून देणार नाही. जेव्हा मला एखादी शंका असे तेव्हा मी जाऊन प्राध्यापकांना भेटून त्या मुद्द्यावर चर्चा करीत असे. नंतर मी अूर्जा या विषयावर विद्यापीठातील सर्वांसाठी निरनिराळ्या शाखांची एकत्रित चर्चासत्रं आयोजित करू लागलो तेव्हा या भेटी मला फार उपयुक्त ठरल्या.

या ज्ञानपिपासेमुळं माझं पदव्युत्तर शिक्षण हे अतिशय आनंददायक होतं आणि रात्री उशिरापर्यंत मी माझ्या कार्यालयात किंवा ग्रंथालयात अनेक तास घालवत असे. शनिवारी-रविवारीसुद्धा रात्रीच्या जेवणानंतर माझ्या कार्यालयात जाऊन मी बऱ्याच उशिरापर्यंत काम करीत असे असं मला आठवतं.

आमचं कार्यालय साफ करणारी एक कृष्णवर्णीय महिला या माझ्या वागण्याचं निरीक्षण करीत होती. ती एक दिवस माझ्या कार्यालयात आली आणि कृष्णवर्णियांच्या बोलण्याच्या विशिष्ट लकबीत म्हणाली, "तुला मजा येते आहे का?" मी म्हणालो, "हो, मला माझा अभ्यास आवडतो आणि म्हणून मी रोज रात्री ऑफिसात येतो." ती म्हणाली, "तुला काही मदत हवी आहे का?" मला लगेच तिच्या बोलण्याचा रोख समजला आणि तेव्हापासून रात्री ऑफिसात जाण्याऐवजी मी ग्रंथालयात जाऊ लागलो. त्याकाळी कृष्णवर्णियांना भारतीय विद्यार्थी हे आपले जातभाई असल्यासारखे वाटत असत आणि त्यामुळं त्या साफसफाई करणाऱ्या महिलेला माझ्या प्रति एक प्रकारची हमदर्दी वाटली.

शनिवारी-रविवारी बरेचसे भारतीय विद्यार्थी स्त्रीसहवास मिळवण्यासाठी रात्रीच्या वेळी

मद्यपानगृहांत किंवा इतर तत्सम ठिकाणी जात असत, पण मला तो सर्व प्रकार ओंगळवाणा वाटत असे. जे लोक नेहमी मद्यपानगृहात जातात ते खालच्या दर्जाचे जीव असतात असा माझा घमेंडखोर दृष्टिकोन, माझा लाजाळूपणा आणि मला नाचण्याचं ज्ञान नसणं या सर्व गोष्टींच्या संयोगामुळं बहुतेक मला असं वाटत असावं. स्थानिक मद्यपानगृहात मी काही वेळा माझ्या भारतीय मित्रांबरोबर जाऊन आलो, पण मला तिथलं संगीत फारच कर्कश्श आणि एकूणच वातावरण गुदमरवून टाकणारं वाटे.

पहिल्या तिमाहीनंतर मी विद्यापीठ परिसरातल्या रीड कोऑप नावाच्या सगळ्यात स्वस्त वसतिगृहात हललो. मी दुसऱ्या एका पदव्युत्तर भारतीय विद्यार्थ्याबरोबर तिथं राहू लागलो. आमच्या खोलीत फक्त गादी असलेले पलंग, एक टेबल आणि एक खुर्ची एवढंच सामान होतं, वातानुकूलनाची सोय नव्हती आणि प्रत्येक मजल्यावरचे रहिवासी सामाईक न्हाणीघर, शौचालय, स्वयंपाकघर आणि भोजनगृह वापरत असत. सर्वांत चांगली गोष्ट काय असेल तर त्या खोलीचं भाडं फक्त महिना २५ डॉलर म्हणजे बीटी टॉवर्सच्या भाड्याच्या निम्म्यापेक्षाही कमी होतं. रीड कोऑपमध्ये रहाणाऱ्या विद्यार्थ्यांत बहुसंख्येनं भारत, चीन, पाकिस्तान वगैरेमधून आलेले परदेशी, पदव्युत्तर शिक्षण घेणारे विद्यार्थी होते. बरेचसे पदवीपूर्व आणि पदव्युत्तर अमेरिकन विद्यार्थीही होते. स्वयंपाकघर, न्हाणीघर/शौचालय, आणि कॉरिडॉर सर्वांना आळीपाळीनं साफ करावे लागत. याकारणामुळेच वसतिगृहाचं भाडं इतकं कमी होतं.

माझ्याबरोबर रहाणारा विद्यार्थी आणि आमच्या मजल्यावरचा आणखी एक भारतीय पदव्युत्तर विद्यार्थी यांच्या बरोबर मी किराणा सामान वाटून घेत असे. तिसऱ्या विद्यार्थ्याकडं मोटारगाडी होती. आठवड्यातून एकदा आम्ही सर्वजण किराणामाल आणायला जात असू. इतर दोघं खूप बिअर पीत असत पण मी अजिबात पीत नसे. किराणा सामानाची रक्कम तिघांच्यात सारखी वाटली जात असल्यामुळं मी बिअरचे पैसेही देत असे. असं १-२ महिने चालू राहिल्यावर मला वाटलं की त्यांना एवढी तरी जाणीव होईल की त्यांच्या बिअरसाठी माझ्याकडून पैसे घेऊ नयेत. शेवटी मी हरकत घेतल्यावर ते म्हणाले की ती माझीसुद्धा बिअर होती आणि मी ती जेवढी हवी तेवढी प्यावी. मी त्यांना सांगितलं की मला ती पिण्याची काही इच्छा नव्हती, म्हणून त्यांनी मला बिअरच्या चांगल्या गुणधर्मांची ओळख करून देण्याचा बेत आखला.

त्या आठवड्याच्या शेवटी आम्ही तिघं एका स्थानिक मद्यपानगृहात गेलो आणि एका बैठकीत मी जवळजवळ २ लीटर बिअर प्यायलो. रात्रीचं जेवण करून वर बिअर प्यायल्यामुळं मला उठून उभं रहाता येईना किंवा सुसंगत तऱ्हेनं बोलताही येईना. तेव्हा माझ्या दोन मित्रांनी मला परत खोलीत आणलं आणि मी त्याच अवस्थेत झोपी गेलो. सकाळी मला आदल्या रात्री प्यायलेल्या बिअरचे दुष्परिणाम थोडेफार जाणवत होते तेव्हा माझ्या खोलीतला मित्र म्हणाला की बिअरमुळं मला चांगली झोप लागली असेल. मला झोप येण्यात काही अडचण नसल्यामुळं मी बिअर पिण्याची ती शेवटची वेळ होती. मी स्वतःहूनच मादक पेये पीत नसे कारण मी बिअर किंवा इतर सर्व मद्यप्रकार चाखून पहिले असले तरी मला ते कधीच रुचकर वाटले नाहीत. मी आणि माझी पत्नी अनेक वेळा पार्टीसाठी आमंत्रित करण्यात येत असू आणि काही तासांनी पूर्णपणं शुद्धीवर असलेल्या थोड्या जोडप्यांपैकी आम्ही एक असू. हे आम्हाला फारच मजेदार वाटत असे. मला काही प्रकारची वाईन आवडत असे पण हळूहळू ती आवडही नाहीशी झाली.

त्याकाळी गेन्स्व्हिलमध्ये बाहेर जाऊन खाण्यासारख्या चांगल्या जागा फारच कमी होत्या. तेव्हा रात्री चिनी जेवण करायचं असेल तर आम्ही गाडीनं जवळजवळ १०० मैलांच्या अंतरावर असणाऱ्या जॉक्सनव्हिलला जात असू. जेव्हा मी याबद्दल माझ्या आई-वडिलांना लिहिलं तेव्हा त्यांना वाटलं की फक्त चिनी जेवण खाण्यासाठी १०० मैल प्रवास करून जाणारे मी आणि माझे मित्र ठार वेडे होतो. पण ही अमेरिका होती, जिथे ५०-१०० मैल प्रवास करून खुल्या प्रेक्षागृहात चित्रपट पहायला किंवा रात्रीचं जेवण करायला जाणं यात कोणालाच काही आक्षेपार्ह वाटत नसे. १९७७ साली तर मी एकदा गेन्स्व्हिलहून न्यू ऑर्लिन्सला ४०० मैल प्रवास करून गेलो आणि अमेरिकेत दौरा करत असलेलं प्रसिद्ध इजिप्शिअन राजपुत्र तूतनखामुनचं प्रदर्शन पाहिलं.

लवकरच मला अमेरिकन जेवण आवडू लागलं (अर्थात ते नक्की काय आहे ते कोणीच सांगू शकणार नाही) आणि त्यामुळं भारतीय जेवणाची मला विशेष आठवण येत नव्हती. पण मला अमेरिकेत येऊन ३-४ महिने झाल्यानंतर एक दिवस मला पराठ्यांचं स्वप्न पडलं. मी झोपेतून उठलो आणि पराठ्यासारख्या सामान्य गोष्टीचं मला स्वप्न पडलं याची मला लाज वाटली. पण मग माझ्या लक्षात आलं की माझं सुप्त मन मला काही तरी सांगू पहातय. मग मी माझ्या एका लग्न झालेल्या भारतीय मित्राला मला पराठ्याचं जेवण

देण्याची विनंती केली. मला वाटतं ते खाऊनच माझी कामनापूर्ती झाली.

जेव्हा मी अमेरिकेत आलो तेव्हा स्वयंपाक कसा करायचा हे मला माहीत नव्हतं. तेव्हा स्क्रॅम्बल्ड अंडी किंवा ऑमलेट यासारखे साधे पदार्थ बनवणं हीसुद्धा माझ्यासाठी एक कसरतच होती. पण मी मनापासून प्रयत्न करून नंतर या गोष्टी बऱ्याच चांगल्या बनवायला शिकलो. पण नमुनेदार भारतीय जेवण बनवणं ही एक वेगळीच गोष्ट होती. बीटी टॉवर्समधल्या माझ्या पहिल्या महिन्याच्या वास्तव्यात माझ्या रुमेनियन मित्रानं आग्रह धरला की मी त्याच्यासाठी भारतीय जेवण शिजवावं. खूप धडपड करून मी पुलाव बनवला. फक्त माझ्या हातनं त्याच्यात जरा जास्तच तिखट टाकलं गेलं त्यामुळं माझ्या बिचाऱ्या मित्राच्या एका हातात रुमाल होता तर दुसऱ्या हातात काटा ! माझ्या स्वयंपाकाचा असा फज्जा उडाल्यावर मी बीटी टॉवर्समध्ये असेपर्यंत विशेष स्वयंपाक केला नाही आणि नंतर बहुतेक सगळा भारतीय स्वयंपाक माझ्या रीड कोऑपमधल्या मित्रांकडून शिकलो.

माझी अशीच फजिती बीटी टॉवर्समधल्या कपडे धुण्याच्या ठिकाणी झाली. माझ्या आईनं मायेनं विणून दिलेला स्वेटर मी कपडे धुण्याच्या यंत्रात धुवून मग कपडे वाळवण्याच्या यंत्रात टाकला. तो स्वेटर आटून मूळ आकाराच्या एक चतुर्थांश झाला. त्याचं काय झालं ते आईला सांगण्याचा मला कधीच धीर झाला नाही. जेव्हा माझे आई-वडील १९७८ साली आम्हाला भेटायला गेन्सव्हिलला आले तेव्हा तो स्वेटर मी तिला दाखवला.

१९७० च्या दशकाच्या मध्याला भारतीय आणि अमेरिकेतल्या जीवनाच्या गुणवत्तेत प्रचंड फरक होता. जिथे रेफ्रिजरेटरसाठी नाव नोंदवावं लागे आणि तो मिळायला १० वर्ष थांबावं लागे अशा भारतासारख्या समाजवादी देशातून येणाऱ्या विद्यार्थ्याला अमेरिकेतले खूप मोठे शॉपिंग मॉल, रुंद रस्ते, महामार्ग, अत्यंत आरामदायक मोटारगाड्यांमधून प्रवास या गोष्टी अतिशय उत्तेजित करणाऱ्या होत्या. अशाचतऱ्हेनं मोटारगाड्यांसाठी आणि अगदी स्कूटरसाठी सुद्धा भारतात आधी नोंदणी करावी लागे आणि ती १०-१२ वर्षांनी मिळे. माझ्या अस्थिशल्यविशारद असलेल्या भावाला १९७५ साली त्याची बजाज स्कूटर यूपीचे मुख्यमंत्री श्री. एच. एन. बहुगुणांच्या कोट्यातून मिळाली. त्यावेळचा भारत विचित्र होता. त्यामुळं कोणाही भारतीय विद्यार्थ्याला अमेरिकेतल्या चांगल्या जीवनाच्या आकर्षणाचा मोह आवरणं जवळजवळ अशक्य होतं.

मी फ्लॉरिडामध्ये असल्यामुळं पहिली उपलब्ध संधी मिळाल्यावर जाऊन डिस्ने वर्ल्ड बघणार हे नैसर्गिकच होतं. हे गेन्सव्हिलपासून १२० मैलांवरच्या ऑरलँडोमध्ये असणारं फ्लॉरिडाचं मुख्य आकर्षण होतं. फेब्रुवारी १९७५ च्या एका शनिवारी-रविवारी माझ्याबरोबरच्या एका अमेरिकन विद्यार्थ्यानं मला डिस्ने वर्ल्डला नेण्याची तयारी दर्शवली. तेव्हा त्यानं आणि त्याच्या बायकोनं मला त्यांच्या मोटारीतून ऑरलँडोला नेलं. तिथं आम्ही फक्त डिस्ने वर्ल्डच नाही तर एका हॉटेलमध्ये दोन दिवस राहून आजूबाजूची इतरही आकर्षणं पाहिली.

डिस्ने वर्ल्डला भेट देणं हे एखाद्या परीकथेसारखं होतं आणि तिथं जाऊन एका वेगळ्याच जगात गेल्यासारखं वाटत होतं. अमेरिकन जीवनशैली एखाद्याच्या किती सहज अंगवळणी पडू शकते ते माझ्या तिथं लक्षात आलं. त्यावेळचं हवामान (फेब्रुवारीमधला सुंदर, उत्साहजनक दिवस) किंवा थंड संध्याकाळी रॉक संगीत वाजवणारा प्रसिध्द वाद्यवृंद किंवा 'मॅजिक किंगडम'चं एकूण वातावरण यातल्या कशामुळं हे मला खात्रीपूर्वक सांगता येणार नाही पण तो एकूण अद्भुत अनुभव होता यात शंका नाही. अशा गोष्टींनी जगात सगळीकडून प्रवासी कसे आकर्षित होतात ते मला कळत होतं. गेन्सव्हिलमध्ये रहात असल्यामुळं मी नंतरही अनेक वेळा डिस्ने वर्ल्डला गेलो कारण आमच्या सदनिकेला भेट देणाऱ्या प्रत्येकाला ते पहायचं होतं. पण पहिल्या वेळची अनुभूति काही वेगळीच होती.

भारतीय दूतावासातल्या खूपशा अधिकाऱ्यांना युएफ् ला आणण्यासाठीही डिस्ने वर्ल्ड हे आकर्षण कारणीभूत होतं. त्याकाळी युएफ् मधल्या भारतीय विद्यार्थ्यांना भेटून त्यांच्या अडचणी सोडवण्याच्या मिषानं हे अधिकारी यायचे पण मुख्य काम 'मॅजिक किंगडम' ला भेट देण्यासाठी दैनिक आणि प्रवास भत्ता मिळवणं हे असायचं. आधी भारत सरकारचा राष्ट्रीय शिष्यवृत्तिधारक आणि नंतर भारतीय विद्यार्थी संघटनेचा अध्यक्ष म्हणून मला अत्यल्प आगाऊ सूचना मिळाली तरी बऱ्याच वेळा भेट देणाऱ्या दूतावासातील अधिकाऱ्यांसाठी भारतीय विद्यार्थ्यांचं संमेलन आयोजित करावं लागे.

१९७५ च्या उत्तरार्धात आणीबाणीच्या काळात घडलेली एक गमतीशीर घटना मला आठवते. भारतीय दूतावासातील एका उच्चपदस्थ अधिकाऱ्यांची युएफ् मधल्या भारतीय विद्यार्थी आणि प्राध्यापक यांच्याबरोबर एक बैठक मी आयोजित केली होती. ते मुळात डिस्ने वर्ल्ड बघायला आले होते, पण त्यांची अधिकृत भेट ही भारतीय

विद्यार्थ्यांना आणि प्राध्यापकांना आणीबाणीच्या चांगल्या परिणामांबद्दल संवेदनशील बनवण्यासाठी होती. तेव्हा बैठकीच्या सुरुवातीला त्यांनी आम्हाला रेल्वेगाड्या कशा वेळेवर पळत होत्या आणि लोक आपल्या कार्यालयात कसे वेळेवर जात होते वगैरे सांगितलं.

एक तावातावानं बोलणारी, आकर्षक दिसणारी आणि बंडखोर वामपंथी विचारांची भारतीय विद्यार्थिनी या अधिकाऱ्यांवर धावून गेली. तिनं इंदिरा गांधींना हिंदीत शेलक्या शिव्या हाणल्या आणि ते दूतावासातले अधिकारी त्या "दुष्ट स्त्री" चे प्रतिनिधी असल्यामुळं त्यातल्या काही त्यांना उद्देशूनही होत्या. त्या दूतावासातल्या अधिकाऱ्यांना आणि काही भारतीय प्राध्यापकांना वाटणारी अस्वस्थता पाहून मला हसू आवरेना. त्या भारतीय प्राध्यापकांना दूतावासाच्या अधिकाऱ्यांची मर्जी संपादन करायची होती म्हणून आमच्या पाहुण्यांचा अपमान करायला मीच कारणीभूत होतो असं त्यांना वाटलं. आम्ही रहात असलेला देश स्वतंत्र होता आणि आम्ही सर्व स्वतंत्र भारताचे नागरिक होतो त्यामुळे सर्वांना काहीही बोलण्याचं स्वातंत्र्य आहे असं मी कितीही समजावून सांगितलं तरी त्याचा काही परिणाम झाला नाही.

ज्यांनी खरं म्हणजे या सर्व घटनेबद्दल माझ्याकडे तक्रार करायला हवी होती ते दूतावासातले उच्चपदस्थ अधिकारी एकदम पूर्णपणे अविचल होते कारण त्यांचं मुख्य ध्येय डिस्ने वर्ल्डला भेट देणं हे होतं. सगळ्यावर कळस म्हणजे नंतर ती आकर्षक तरुण स्त्री कोण होती असं त्यांनी मला विचारलं.

भारत सरकारच्या अधिकाऱ्यांच्या संबंधातली आणखी एक मजेदार घटना जेव्हा १९७७च्या पूर्वार्धात भारताचे अमेरिकेतील राजदूत युएफ् ला भेट द्यायला आले होते तेव्हा घडली. त्यांच्यासोबत दूतावासातले वाणिज्य मंत्री आणि 'टाइम्स ऑफ इंडिया' वृत्तपत्राचे ज्येष्ठ वार्ताहर होते.

या आदरणीय पाहुण्यांसाठी युएफ् मधल्या एका फ्रॅटर्निटी हाऊसमध्ये मोठी मेजवानी आयोजित केली होती आणि त्यासाठी मला आणि नंदिनीला आमंत्रित करण्यात आलं होतं. जे पुढे राजीव गांधींच्या काळात भारताचे परराष्ट्र सचिव झाले त्या दूतावासातल्या वाणिज्य मंत्र्यांना मद्याची फार आवड होती. आम्ही दोघेही पीत नसल्यामुळं त्यांनी आम्हाला त्यांच्यासाठी प्रत्येकी दोन पेले मद्य घ्यायला सांगितलं म्हणजे त्यांना ते

गटागटा पिता आलं असतं. मी त्यांना आश्वासन दिलं की भरपूर मद्य होतं पण त्यांना भीती वाटत होती की त्यांना पुरेसं मिळणार नाही. शिवाय त्यांना आयोजकांना आणखी मागायची लाज वाटत होती. मेजवानी संपेपर्यंत ते पूर्णपणे झिंगले होते. भारतीय दूतावासातल्या उच्चपदस्थ अधिकाऱ्याला अशा अवस्थेत पहाणं हे कीव करण्यासारखं दृश्य होतं.

दुसऱ्या दिवशी राजदूतांच्या बरोबरच्या मंडळींनी आम्हाला ते रहात असलेल्या गेन्सव्हिलमधल्या हॉटेलमध्ये संध्याकाळच्या चहापानाला बोलावलं. भारतातल्या एका उत्तरेकडच्या राज्यातले असल्यामुळं राजदूतांना चहाऐवजी पेलाभर गरम दूध पिण्याची सवय होती. जेव्हा गरम दुधाची विनंती करण्यात आली तेव्हा हॉटेलच्या नोकरमंडळींना एखाद्याला चहात गरम दूध का हवं असेल ते समजलं नाही. तेव्हा खूप स्पष्टीकरण दिल्यावर बरीच यातायात करून हॉटेलच्या कर्मचाऱ्यांनी शेवटी हाफ अँड हाफ दूध उकळून एका किटलीत भरून आणलं. दूध आल्यावर राजदूतांनी ते एका पेल्यात ओतलं, त्यात दोन चमचे भरून साखर घातली आणि ते फुरफुर आवाज करीत प्यायलं. हॉटेलातली सगळी नोकरमंडळी हे दृश्य पहायला जमा झाली. अशी गोष्ट बहुतेक ते पहिल्यांदाच पहात होते.

मोटारगाडी चालवायला शिकणं आणि स्वतःच्या मालकीची गाडी असणं हे अमेरिकेतल्या बहुतेक भारतीय विद्यार्थ्यांचं आणखी एक खूळ होतं. मला काही गाडीचं असं वेड नव्हतं पण गरज म्हणून मी गाडी खरीदली. ज्याच्या गाडीतून आम्ही किराणा आणायला जात असू तो मित्र भारतात चालला होता, त्यामुळं मला आणि माझ्या खोलीमित्राच्या लक्षात आलं की आमच्याकडं वाहतुकीचं काहीच साधन रहाणार नव्हतं. त्याकाळी गेन्सव्हिलमधली बससेवा जवळजवळ नसल्यातच जमा होती आणि म्हणून मी गाडी चालवायला शिकायचं ठरवलं. माझ्या मित्राचीच गाडी मी २०० डॉलरला खरेदी करायचंही ठरवलं. ती जुनी फोर्ड फाल्कन चांगली चालायची पण भरपूर पेट्रोल प्यायची.

माझ्या मित्रानं मला शिकवायला सुरुवात केल्यापासून १५ मिनिटांच्या आत मी गाडी चालवायला शिकलो हे पहातच माझा मित्र आश्चर्यानं थक्क झाला. एक महिना समांतर पार्किंगवर विशेष जोर देऊन गाडी चालवण्याचा सराव केल्यावर मी परीक्षा द्यायचं ठरवलं. त्या फोर्ड गाडीमध्ये फ्लॉरिडा परिवहन कार्यालयात माझ्याबरोबर चाचणी

द्यायला आणखी दोन भारतीय विद्यार्थीही आले होते.

चाचणी घेण्यासाठी माझा क्रमांक शेवटचा होता. वाहन परवाना निरीक्षक माझ्याशेजारी येऊन बसली आणि मी गाडी चालू केली. तिनं मला लगेच थांबायला सांगून नापास केलं. हातानं लावायचा ब्रेक लागलेला आहे हे लक्षात न घेता मी गाडी गिअरमध्ये टाकली होती. मी संतप्त होऊन माझ्याआधी चाचणी घेतलेल्या भारतीय विद्यार्थ्याकडं त्यानं हातानं लावायचा ब्रेक का लावला होता असं जोरानं विचारत तक्रार केली. तो रागावून उलट उत्तरला की त्याच्या चाचणीच्या शेवटी त्यानं हातब्रेक लावला नाही म्हणून त्यालाही नापास करण्यात आलं होतं. त्याला नापास केल्यावर निरीक्षकानं माझ्या चाचणीसाठी गाडी तयार असावी म्हणून त्याला हातब्रेक लावायला सांगितलं होतं. काही असलं तरी १५ दिवसांनी ती चाचणी देऊन आम्ही दोघंही सहजपणे उत्तीर्ण झालो.

त्याकाळी स्वस्त जुनी गाडी मिळणं हे फार सोपं होतं, आणि त्या २०० डॉलरच्या फोर्डनं मला जवळजवळ दोन वर्षं सेवा दिली. नंतर मी ती २०० डॉलरला विकून एक जास्त लहान आणि इंधनासाठी अधिक कार्यक्षम टोयोटा करोला (जुनीच) ६०० डॉलरला विकत घेतली.

जुनी मोटार गाडी ही बऱ्याचशा भारतीय विद्यार्थ्यांची पहिली खरेदी असे (माझी पहिली खरेदी होती एसएलआर कॅमेरा). पेट्रोल स्वस्त असल्यामुळं (एका गॅलनला ७० ते ८० सेंट्स) गाडीतून प्रवास हा अमेरिका पाहण्याचा उत्तम मार्ग होता. युएफ् मधला माझा एक मित्र चेन्नईचा (त्यावेळचं मद्रास) होता. तो अतिशय सावळ्या रंगाचा होता आणि त्याकाळच्या पद्धतीनुसार त्याचे केस लांब होते. त्यानं जुनीच व्होक्सवॅगन बीटल (अतिशय लहान गाडी) विकत घेतली होती आणि तो आणि त्याचे मित्र अमेरिकेच्या दक्षिणेकडल्या राज्यांचा फेरफटका मारायला गेले होते. अलाबामा राज्यातल्या एका लहान गावात अतिवेगानं गाडी चालवताना त्यांना पकडण्यात आलं. पोलिसानं त्याला दंड करताना उद्गार काढले की "आणखी एक गोष्ट जी मला आवडत नाही ती म्हणजे लांब केस असलेला हबशी! जा जाऊन केस कापून घे".

१९७० च्या दशकात युनिव्हर्सिटी ऑफ फ्लॉरिडाचं वातावरण अतिशय उदारमतवादी होतं. अमेरिकेतल्या एका मासिकात बर्कलीनंतर दुसऱ्या क्रमांकाचं सहिष्णु विद्यापीठ

म्हणून त्याचा उल्लेख करण्यात आला होता. १९७० च्या दशकाच्या मध्यात प्लेबॉय मासिकात त्याचा पार्टी करणारं विद्यापीठ असाही उल्लेख केला होता. शिवाय हा व्हिएतनाम युद्धानंतरचा काळ होता आणि अमेरिकेत लैंगिक क्रांती शिखरावर होती.

माझ्या पहिल्या तिमाहीत मी जेव्हा बीटी टॉवर्समध्ये रहात होतो तेव्हा हा मुक्त दृष्टिकोन मला प्रत्यक्ष पहायला मिळाला. माझ्या रुमेनियन मित्रानं मला त्याच्या मित्राच्या सदनिकेत एका पार्टीला यायचं आमंत्रण दिलं होतं. त्यानं त्याचे काही प्राध्यापक, त्यांच्या बायका आणि त्याच्या विभागातल्या सेक्रेटरींनाही बोलावलं होतं. इथं काही नाचगाणं होणार नव्हतं पण फक्त ज्यांना मी प्रथमच भेटणार होतो अशा त्याच्या मित्रांचं संमेलन होतं. तो पार्टीसाठी आवश्यक ती तयारी करायला दुपारीच गेला होता आणि मी संध्याकाळी उशिरा गेलो. मी निघायच्या अगदी आधी माझ्या अमेरिकन मित्रानं मला एक कंडोम देऊ केला. मी चक्रावून गेलो पण तो आग्रहानं सांगत राहिला की अशा गोष्टी पार्टीमध्ये गरजेच्या आणि उपयुक्त असतात.

अशाच स्वरुपाची घटना मी रीड कोऑपमध्ये रहात होतो तेव्हा घडली. एक दिवस रात्रीचं जेवण बनवायला संध्याकाळी साडेसहा-सातच्या सुमाराला मी वसतिगृहात परत आलो होतो. जेव्हा मी स्वयंपाकघरात गेलो तेव्हा माझ्या मजल्यावरचे १०-२० विद्यार्थी सज्जात उभं राहून रीड कोऑपच्या समोर असलेल्या स्त्रियांच्या वसतिगृहात स्ट्रिप्टीज कार्यक्रम करणाऱ्या मुलीला प्रोत्साहित करत होते. हे बराच वेळ चाललं होतं आणि आमच्या वसतिगृहातल्या मुलांचं मनोरंजन करण्यात त्या मुलीला मजा येत होती. मी बहुतेक वेळा पाच-साडेपाचच्या सुमाराला येऊन सात वाजता माझ्या कार्यालयात परत जात असल्यामुळं आधी कधी मी हे प्रदर्शन पाहिलं नव्हतं. त्याकाळी फुटबॉलचे सामने, उघड्यावरच्या संगीताच्या मैफिली किंवा विद्यापीठ परिसरात सार्वजनिक ठिकाणी कुठेही नागडे विद्यार्थी धावतानाचे (स्ट्रीकिंग) दृश्य नेहमी दिसत असे.

अशाच तऱ्हेने रीड कोऑपमध्ये माझ्या मजल्यावर एक अमेरिकन विद्यार्थी रहात असे. त्याचं जननेंद्रिय बऱ्यापैकी मोठं होतं. त्यामुळं रोज सकाळी सामाईक न्हाणीघरात आंघोळ करण्यासाठी जाताना आणि आंघोळ करून परत येताना कॉरिडॉरच्या सगळ्यात शेवटी असलेल्या खोलीत राहणारा तो नागडाच चालत जात असे. इतर वसतिगृहांमधल्या मुली बऱ्याच वेळा आपल्या मित्रांना भेटायला आमच्या वसतिगृहात येत असत आणि या जाहीर प्रदर्शनाचा आनंद लुटत असत. तसं म्हणायला वसतिगृहांमध्ये विरुद्धलिंगी

पाहुण्यांना भेट देण्यासाठी वेळ ठरवून दिलेल्या होत्या पण त्या फारच क्वचित पाळल्या जायच्या. याचप्रमाणे स्त्री आणि पुरुषांसाठी वेगवेगळी वसतिगृहं होती, पण त्या काळी वसतिगृहांमध्ये बराच समागम चालायचा. अमेरिकन नैतिकतेचा खूपच ऱ्हास झाला होता तेव्हा!

विद्यापीठ परिसरात साजरा होणारा हॅलोवीन उत्सव हा एक कोणतीही आडकाठी नसलेला मामला होता. त्यात घाऊक व्यभिचार व मद्य आणि गांजासारख्या मादक द्रव्यांचा सढळ वापर यांचा समावेश होता. मुख्य कार्यक्रम प्लाझ्झा ऑफ अमेरिकाज (अमेरिकन चौक) या मुख्य ग्रंथालय आणि सेंचरी टॉवर(शतकी मनोरा) यांच्यामधल्या मोठ्या मोकळ्या जागी संपन्न होत असे. कर्णकर्कश्श संगीत, बेभान नाच आणि इकडेतिकडे फिरवले जाणारे बिभत्स चित्ररथ असं आनंदोत्सवाचं वातावरण असे. शेवटी १९७०च्या दशकाच्या उत्तरार्धात विद्यापीठाच्या अधिकाऱ्यांनी हे सर्व भोगवादी उपक्रम थांबवायला लावले.

अशाच प्रकारे विद्यार्थ्यांना आणि आल्यागेलेल्यांना दुपारच्या जेवणाच्या सुट्टीत विद्यार्थी संघटनेच्या इमारतीच्या ओसरीत चाललेला कंबर हलवून करायचा असलेला नाच (बेली डान्सिंग) हे एक विचित्र दृश्य पहायला मिळे. सुरुवातीला अरबी संगीतावर गोलगोल फिरणाऱ्या अर्धनग्न स्त्रिया पाहून मला धक्का बसे, पण नंतर या देहप्रदर्शनाचं काही वाटेनासं झालं.

मेकॅनिकल इंजिनिअरिंग विभागाच्या जवळच विद्यापीठाच्या हिरवळीवर डेव्ह ब्रूबेक आणि त्याच्या प्रसिद्ध जॉझ वाद्यवृंदाच्या खुल्यातल्या मैफिली नियमित होत असत. संपूर्ण वातावरण गांजाच्या उग्र दर्पानं भरून गेलेलं असे. त्याकाळी युएफ् मधलं वातावरण अतिशय उदारमतवादी असल्यानं अशा तऱ्हेच्या अनेक उपक्रमांना परवानगी होती. १९८०च्या दशकात अमेरिका अधिक रूढीवादी झाल्यावर शेवटी या सर्व उपक्रमांना पूर्णविराम मिळाला.

तरीही हा काळ मादक द्रव्यांच्या वाढत्या वापराचा होता आणि दक्षिण अमेरिकेतील देशांमधून अमेरिकेत मादक द्रव्ये येण्यासाठी फ्लॉरिडा हे राज्य एक वाहिनी बनलं. त्यामुळं विद्यापीठाच्या प्रयोगशाळांमधून अचूक इलेक्ट्रॉनिक तराजूंची मोठ्या प्रमाणावर चोरी होऊ लागली, कारण मादक द्रव्यांचे वितरक वजन करण्यासाठी ते वापरत.

विद्यापीठ परिसरात चोऱ्या ही एक मोठी समस्या होती. माझ्या कार्यालयातूनही (विद्यापीठ परिसरातलं आणि विद्यापीठाच्या बाहेरचं) कॅलक्युलेटर, घड्याळ आणि इतर सामान २-३ वेळा चोरी झालं होतं. विद्यापीठ परिसरात सायकलीही मोठ्या प्रमाणात चोरीला जायच्या. तेव्हा जर पुढच्या चाकाला कुलूप लावलं तर मागलं चाक चोरी होई आणि दोन्ही चाकांना कुलपं लावली तर फ्रेम चोरीला जाई. अमेरिकेसारख्या श्रीमंत समाजात अशा चोऱ्या का होतात हे समजणं फार अवघड होतं.

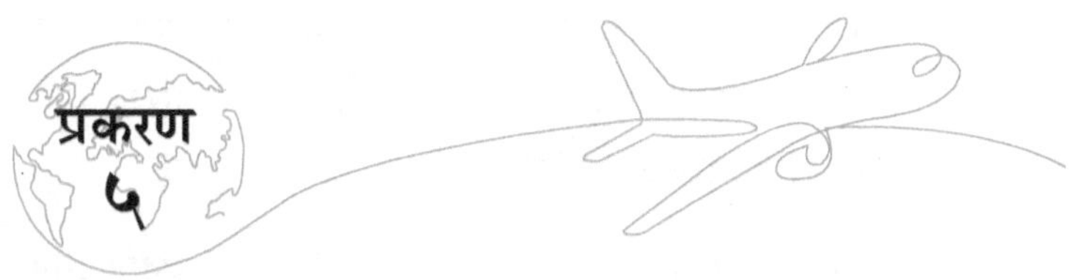

महानतेशी घसट

युएफ् मध्ये पहिलं थोरामोठ्यांचं सान्निध्य मला १९७६ साली अमेरिकेचे अध्यक्ष बनलेल्या जिमी कार्टर यांच्याबरोबर मिळालं.

१९७५ च्या जानेवारी महिन्याच्या उत्तरार्धात एक दिवस संध्याकाळी मी बीटी टॉवर्समधून माझ्या कार्यालयात परत जात असताना सगळीकडे डेमोक्रेटिक पक्षाचे अध्यक्षीय उमेदवार जिमी कार्टर हे रात्री ८ वाजता मकार्टी सभागृहात भाषण करणार आहेत असं जाहीर करणारी भित्तीपत्रकं दिसली.

साधारणत: मी स्वयंपाक करून जेवण करायला माझ्या वसतिगृहात पाच-साडेपाचच्या सुमाराला येऊन मग माझ्या विभागातल्या कार्यालयात अभ्यास करायला किंवा प्रयोगशाळेत प्रयोग करायला परत जाऊन तिथं रात्री बारा-साडेबारापर्यंत राहत असे. रात्री कार्यालयातलं शांत वातावरण अभ्यासाला अतिशय पोषक होतं.

त्यामुळं संध्याकाळी जेव्हा मी ही भित्तीपत्रकं पाहिली तेव्हा विचार केला की अमेरिकेचा संभाव्य अध्यक्ष ही काय चीज आहे ते पहाणं उपयुक्त ठरू शकेल. मी राजकीय कुटुंबातून आलेलो असल्यामुळं अमेरिकेतल्या राजकारणाबद्दल जाणून घेण्याची मला उत्सुकता होती आणि जिमी कार्टर यांच्या भाषणानं याबद्दल आणखी माहिती मिळण्याची उत्तम संधी होती.

म्हणून मी सभागृहात लवकरच जाऊन मधून जायच्या वाटेच्या जवळच्या आसनावर मागच्या बाजूला बसलो, म्हणजे जर कंटाळा आला तर मागच्या मागे इतर लोकांना त्रास न होता भाषणातून निघून जाता आलं असतं.

बरोबर ८ वाजता सभागृहाच्या मागच्या बाजूनं त्यांचं सुपरिचित सगळे दात दाखवणारं हास्य करीत आणि पुढं जाताना प्रेक्षकांशी हस्तांदोलन करीत जिमी कार्टरनी प्रवेश केला. त्यांनी माझ्याशीही हस्तांदोलन करीत मला सहजपणं मी कुठून आलो होतो असं विचारलं, त्याला मी भारत असं उत्तर दिलं आणि ते पुढे गेले.

त्यांचे दाक्षिणात्य उच्चार कळायला अवघड होते पण त्यांचा हसरा चेहरा आणि आकर्षक व आनंदजनक वागण्याच्या पद्धतीनं मी भारावून गेलो आणि त्यांचं संपूर्ण भाषण ऐकलं. भाषणानंतर प्रश्नोत्तराला वेळ दिला होता. एक कृष्णवर्णीय महिला उभी राहिली आणि तिनं जिमी कार्टर हे अमेरिकेच्या दक्षिण भागातून आले असल्यामुळं त्यांच्यावर वर्णद्वेषाचा आरोप केला व त्यांच्याविरुद्ध अपशब्द बोलत हल्लाच चढवला. प्रश्नोत्तराच्या पूर्ण काळात जिमी कार्टर हसत राहिले आणि जळफळाट न करता व न चिडता त्यांनी प्रश्नांना उत्तरं दिली. ते कधीही संतप्त किंवा अस्वस्थ झाले नाहीत. त्यांच्या आचरणानं आणि वर्तणुकीनं मला भलतंच प्रभावित केलं.

मग ९:३० च्या सुमाराला मी माझ्या कार्यालयात परत आलो आणि माझ्या बरोबरच्या विद्यार्थ्यांना म्हटलं की मी आत्ताच अमेरिकेच्या भावी अध्यक्षांना पाहिलं. माझ्या मित्रांपैकी एक अत्यंत क्रोधायमान होऊन म्हणाला की मला अमेरिकेत येऊन एक महिनाच झाला असताना राजकीय उमेदवारांबद्दल मतप्रदर्शन करायला मी धजावलोच कसा! "पुढचे अध्यक्ष रॉनल्ड रेगन असतील" त्यानं मला सांगितलं. रेगन कोण होते त्याची मला काही कल्पना नव्हती, आणि कसं ते माहीत नाही पण जिमी कार्टर पुढचे अध्यक्ष होण्याची शक्यता आहे असं माझं मन मला सांगत होतं. त्यांच्या प्रचार मोहिमेत मला इतकं स्वारस्य निर्माण झालं की वर्तमानपत्रात त्यांच्याबद्दल जे काही येत असे ते सर्व मी वाचत असे.

म्हणून मी युएफ्‌ च्या मुख्य वाचनालयात जाऊन न्यूयॉर्क टाइम्स, वॉशिंग्टन पोस्ट, मायामी हेरल्ड इ. मधील संपादकीयं वाचत असे आणि जिमी कार्टर आणि त्यांच्या धोरणांबद्दल मी चांगलाच माहितगार झालो होतो. ते अध्यक्ष झाल्यावर मी खूश झालो आणि मला अजूनही असं वाटतं की गेल्या ५०-६० वर्षांतिले ते अमेरिकेला लाभलेले सर्वांत सभ्य अध्यक्ष होते. माझ्या कार्यालयातले सहकारी आणि इतर मित्र यांबरोबर मी कार्टर यांच्या उमेदवारीबद्दल साधक-बाधक चर्चा करीत असे आणि मला असलेल्या माहितीबद्दल त्यांना अचंबा वाटत असे. त्याच वेळी मला वाटत असे की अमेरिकन

लोक बरेच अज्ञानी झाले होते कारण ते क्वचितच वृत्तपत्रं वाचत आणि आपलं मत फक्त दूरचित्रवाणीवर येणाऱ्या बातम्यांच्या तुकड्यांवरून बनवत असत. १९७६ च्या अध्यक्षीय निवडणुकीत जिमी कार्टरना मत देण्यासाठी माझ्या कार्यालयातल्या सहकाऱ्याला मी राजी केलं हा माझ्या शिरपेचात खोवलेला जणु तुराच होता.

युएफ् मध्ये मला भेटलेले आणखी एक थोर पुरुष होते वर्नर व्हॉन ब्राऊन. ते अमेरिकन अंतरिक्ष कार्यक्रमाचे जनक होते. नात्झी जर्मनीसाठी व्ही-२ अग्निबाणाची रचना आणि विकास करणारे आणि दुसऱ्या महायुद्धानंतर अमेरिकेला आलेले ते प्रतिभाशाली अग्निबाण तज्ज्ञ होते. त्यांनी नासाच्या कामाला दिशा दिली आणि ते त्याचे उपप्रशासक आणि अग्निबाणांचे प्रमुख रचनाकार होते.

डॉ. व्हॉन ब्राऊन आणि माझे प्राध्यापक डॉ. एरिक फार्बर हे चांगले मित्र होते. दोघेही जर्मन-मुळाचे होते आणि फार्बर यांनीही सॅटर्न-५ अग्निबाणाच्या रचनेत महत्त्वाची भूमिका निभावली असल्यामुळं त्या दोघांची चांगली ओळख होती. १५ जुलै १९७५ ला प्रथमच अमेरिकन आणि रशियन अवकाशयानं भ्रमणकक्षेत जोडण्यात आली. या दोन महासत्तांच्यामधील अंतराळातील शांततामय सहकार्याच्या दृष्टीनं ही मोठीच कामगिरी होती. डॉ. व्हॉन ब्राऊन युएफ् ला अशाकरता आले होते की डॉ. फार्बरना भेटून मग ते दोघं केप कॅनॅव्हरलजवळ असलेल्या केनेडी अंतरिक्ष केंद्रात जाऊन तेथून अमेरिकन अंतराळयानानाचं अवकाशातलं प्रक्षेपण पाहणार होते. ते दोघंही अतिशय महत्त्वाच्या व्यक्ती असल्यामुळं ते उड्डाण त्यांना अगदी जवळून पहाता आलं. नंतर मीही ते प्रक्षेपण पहायला त्यादिवशी गेलो पण ते १५ मैल अंतरावरून पाहिलं.

डॉ. फार्बरनी त्यांचा सगळ्यात महत्त्वाचा विद्यार्थी म्हणून माझी डॉ. व्हॉन ब्राऊनशी ओळख करून दिली. ते दोघंही केनेडी अंतरिक्ष केंद्राला जायच्या गडबडीत असल्यामुळं मला त्यांच्याशी फक्त ५-१० मिनिटंच गप्पा मारता आल्या. ते अतिशय छान आणि साधी अशी व्यक्ती वाटले आणि आमचं संभाषण स्नेहपूर्ण होतं. त्यांनी मला सांगितलं की एका जगप्रसिद्ध सूर्यऊर्जा तज्ज्ञाबरोबर अभ्यास करायला मिळाला असल्यामुळं मी अतिशय भाग्यवान होतो.

युएफ् मधली आणखी एक प्रख्यात व्यक्ती होती स्टॅन्ली उलाम. ते युएफ् मधले गणिताचे सन्मानित प्राध्यापक होते, आणि अतिशय विनयशील व्यक्ती होते. ते लोकांच्या

नजरेपासून दूर राहत आणि इतकी मातब्बर व्यक्ती युएफ् मध्ये आहे हे फारच थोड्या विद्यार्थ्यांना माहीत होतं. ते हायड्रोजन बॉम्बचे खरे जनक होते. हे बिरूद डॉ. एडवर्ड टेलर या तिरस्कार उत्पन्न करणाऱ्या आणि बहुतेक सगळं श्रेय स्वत:कडं घेणाऱ्या व्यक्तीनं लाटलं होतं. परंतु १९५०च्या दशकाच्या सुरुवातीला डॉ. उलाम यांच्या निबंधात हायड्रोजन बॉम्बची शक्यता स्पष्टपणं दाखवून तो कसा तयार करता येईल याचं वर्णन केलं होतं. पुढं मी युएफ् मध्ये डॉ. टेलर यांचं भाषण ऐकलं आणि भाषणात तरी ते उद्दाम आणि आत्मप्रौढी मिरवणारे वाटले. भाषणानंतर डॉ. टेलर यांची डॉ. फार्बर यांच्याबरोबर सूर्यऊर्जेबद्दल दीर्घ बैठक झाली आणि दुसऱ्या दिवशी फार्बर यांनी मला टेलर हे स्वत:ला त्यांच्यापेक्षा कशी किती तरी जास्त माहिती आहे असं दाखवण्याचा प्रयत्न करत होते असं सांगितलं.

डॉ. उलामशी माझी कशी ओळख झाली ते मी आता विसरलो, पण त्यांना भारतीय तत्त्वज्ञान आवडत असे आणि त्यातील काही मुद्द्यांवर आम्ही काही वेळा चर्चा केली. ज्यांच्या उपस्थितीत मला अतिशय विनम्र आणि सर्व काही आनंद-मंगल आहे असं वाटत असे अशा थोड्या व्यक्तींपैकी डॉ. उलाम एक होते. ते उत्कृष्ट भाषण द्यायचे आणि ते जिथे प्राध्यापक होते त्या एमआयटी मधल्या (आणि जिथे ते अणुबॉम्बच्या मॅनहॅटन प्रकल्पातील अतिशय महत्त्वाच्या शास्त्रज्ञांपैकी एक होते त्या लास आलामोस इथल्या) प्रतिभावान शास्त्रज्ञांबरोबरच्या त्यांच्या विचारांच्या देवाणघेवाणीबद्दल अफलातून गोष्टी सांगायला त्यांना आवडत असे.

वसिली एम् पॉपॉव हे युएफ् मधले आणखी एक थोर गणितज्ञ होते. ते अतिशय हळुवार आवाजात बोलायचे आणि आमूलाग्र सद्गृहस्थ होते. त्यांच्या नावानं एक स्टॅबिलिटी क्रायटेरियन (स्थिरता निकष) ओळखला जातो. मी त्यांचा स्टॅबिलिटी थिअरी (स्थैर्य सिद्धांत) नावाचा प्रगत गणितातला कोर्स घेतला होता. तो अतिशय गहन अभ्यासक्रम होता आणि मेकॅनिकल इंजिनिअरिंगमधला मी एकटाच विद्यार्थी त्या वर्गात होतो. बाकी सर्व विद्यार्थी आणि शिक्षक गणित विद्याशाखेतले होते. गणितात मला खूप स्वारस्य होतं आणि तो माझा सगळ्यात आवडीचा विषय होता. मी युएफ् मध्ये घेतलेल्या गणिताच्या अनेक पाठ्यक्रमांनंतर डॉ. पॉपॉव यांचा पाठ्यक्रम घेणं हे तर्कसंगत पाऊल होतं. डॉ. फार्बरनी एकदा मला सांगितलं की मी गणिताचा आणखी एक जरी पाठ्यक्रम घेतला तर मला मेकॅनिकल इंजिनिअरिंगमधून गणित विद्याशाखेत बदलून जावं लागेल.

१९७५ साली डॉ. पॉपॉव नुकतेच युएफ् मध्ये सन्मानित प्राध्यापक म्हणून रुजू झाले होते आणि हा पाठ्यक्रम युएफ् मध्ये प्रथमच शिकवत होते. मला ते गहन गणित समजायला अवघड जात होतं आणि म्हणून त्यांच्या व्याख्यानांवर मी कसून काम करत असे व वाचनालयात जाऊन जादाचं साहित्य वाचत असे. त्या तिमाहीच्या मध्यावर मध्यावधी चाचणी केव्हा घेण्यात येईल अशी चौकशी आम्ही डॉ. पॉपॉव यांच्याकडे केली. त्यांनी शांतपणं आम्हाला सांगितलं की त्यांच्या पाठ्यक्रमात परीक्षा नसेल आणि आम्ही सर्व नियमितपणं वर्गात उपस्थित रहात होतो हा आम्हाला ज्ञान मिळवण्यात स्वारस्य आहे याचा पुरेसा पुरावा होता. तेव्हा आम्हा सगळ्यांना अ श्रेणी मिळाली.

माझ्या काळात युएफ् मध्ये आणखी इतर प्रसिद्ध व्यक्ती होत्या. उदाहरणार्थ इंजिनअरिंग सायन्सेस विभागातले सन्मानित प्राध्यापक प्रोफेसर के. पोलहाउजन. ते एल्. प्रँडल आणि एच्. व्हॉन कारमन यांच्याबरोबर फ्लुइड मेकॅनिक्स (द्रव यांत्रिकी) मधले आद्य संशोधक होते. ते अतिशय वयस्कर होते आणि मी त्यांना बस थांब्यावर बस पकडण्याकरता उभं असलेलं पाहिलं होतं. भारतात त्यांच्यासारखी एखादी व्यक्ती राष्ट्रीय महापुरुष मानली जाऊन तिनं चालक असलेल्या मोटारगाडीतून प्रवास केला असता. पण अमेरिकेत ते अनेकांसारखे आणखी एक प्राध्यापक मानले जाऊन त्यांना काही विशेष वागणूक दिली जात नसे. माझ्या तरुण मनावर या वस्तुस्थितीचा प्रचंड परिणाम झाला. इंजिनअरिंग सायन्सेस विभागात असलेले माझे काही मित्र त्यांच्याविषयी अनेकदा बोलत असत.

ज्यांच्याशी मी संक्षिप्त संवाद साधला अशा पीटर लोडिन आणि हावर्ड टी. ओडम् या आणखी दोन थोर व्यक्ती होत्या.

पीटर लोडिन हे रसायनशास्त्र विभागात सन्मानित संशोधन प्राध्यापक होते. ते सिद्धांतवादी होते आणि क्वांटम रसायनशास्त्रातली प्रसिद्ध व्यक्ती होते. मला त्यांच्याबद्दल क्वांटम रसायनशास्त्रात पी.एच्.डी. करत असलेल्या माझ्या एका भारतीय मित्राकडून समजलं कारण लोडिन त्याच्या समितीचे एक सदस्य होते. स्वीडनमधली युनिव्हर्सिटी ऑफ उप्साला आणि युनिव्हर्सिटी ऑफ फ्लॉरिडा यांत त्यांची संयुक्त नियुक्ती होती. तेव्हा ते हिवाळा फ्लॉरिडात घालवायचे आणि उन्हाळा स्वीडनमध्ये. तसं बघायला गेलं तर शिक्षण क्षेत्रातली बरीचशी मोठी नावं युएफ् ला गेन्सव्हिलच्या हवामानामुळं येत असत. त्या व्यक्ती त्यांचं बहुसंख्य काम इतर प्रसिद्ध विद्यापीठांमध्ये करत आणि निवृत्तीच्या

जवळ आल्यावर युएफ् मध्ये नियुक्ती (कधीकधी संयुक्त नेमणूक) स्वीकारत. पीटर लोडिन हे भौतिकशास्त्राच्या नोबेल पारितोषिक समितीचेही सभासद होते.

१९७८-७९ साली मेकॅनिकल इंजिनिअरिंग विभागात मी आयोजित करीत असलेल्या ऊर्जेवरील बहुविद्याशाखीय व्याख्यानमालेत मी त्यांना एकदा आमंत्रित केलं होतं. त्यावेळी मी अजून पदव्युत्तर विद्यार्थीच होतो. ही पूर्ण विद्यापीठव्यापी व्याख्यानमाला प्रसिद्ध आणि लोकप्रिय झाली होती आणि स्थानिक वृत्तपत्रांमध्येही त्यावर एक दोन वेळा गोष्टी लिहून आल्या होत्या. त्यामुळं युएफ् मधली बरीच प्राध्यापकमंडळी या व्याखानमालेत बोलण्यासाठी निमंत्रण येण्याची वाट पहात असत. एका पदव्युत्तर विद्यार्थ्याला अशी व्याख्यानमाला आयोजित करण्याची परवानगी देऊन त्यासाठी त्याच्या विभागानं सर्व मदत देणं ही उल्लेखनीय घटना होती. भारतीय विद्यापीठात अशी घटना ऐकू येण्याची काही शक्यताच नव्हती. १९७९च्या वसंत ऋतूतील तिमाहीत ही व्याख्यानमाला संपल्यावर मेकॅनिकल इंजिनिअरिंग विभागाच्या प्रमुखांनी मला शाबासकी देणारं प्रशंसापत्र दिलं. त्यात लिहिलं होतं की त्यांच्या विभागातल्या अध्यापकांना जे साध्य करता आलं नाही ते मी पदव्युत्तर विद्यार्थी असूनही करून दाखवलं.

ही व्याख्यानमाला ''निसर्गाला सगळ्यात चांगलं काय हे माहीत असतं आणि आपण त्यापासून शिकलं पाहिजे व त्याची नक्कल केली पाहिजे'' या माझ्या धारणेची निष्पत्ती होती. आता याला 'बायोमिमिक्री' असं म्हटलं जातं, पण त्या काळी या क्षेत्रात विशेष संशोधन झालं नव्हतं. म्हणून मी अभियांत्रिकी, कृषि, कीटकशास्त्र, वैद्यकशास्त्र, भौतिकशास्त्र, रसायनशास्त्र अशा विविध ज्ञानशाखांमधल्या प्राध्यापकांना आणि संशोधकांना ऊर्जा या विषयावर व्याख्यान देण्यासाठी निमंत्रित करत असे. ही व्याख्यानं मेकॅनिकल इंजिनिअरिंग विभागाच्या सभागृहात दर गुरुवारी होत असत आणि तीन तिमाही सत्रांमध्ये ती चालू राहिली.

पीटर लोडिन यांना मी थर्मोडायनामिक्स (उष्मा गतिशास्त्र) चा दुसरा सिद्धांत आणि ऊर्जा समस्या यावर व्याख्यान द्यायला बोलावलं होतं. व्याख्यानाच्या आधी मी संबंधित अध्यापकांकडं जाऊन त्यांनी कशावर बोलावं याची चर्चा करत असे. त्यांच्या कामातून ऊर्जा संकटावर तोडगा कसा काढता येईल यावर त्यांनी बोलावं अशी मी विनंती करत असे.

ही लोकप्रिय व्याख्यानमाला होती आणि पीटर लोडिन यांच्या योग्यतेचा माणूस असल्यामुळं २५० लोकांची क्षमता असणारं मेकॅनिकल इंजिनिअरिंगचं सभागृह खच्चून भरलं होतं. दिलेल्या ५० मिनिटातली ४५ मिनिटं डॉ. लोडिन ते काम करत असलेल्या नॉन-इक्विलिब्रियम थर्मोडायनामिक्स (असमतोल उष्मागतिकी) मधल्या एका अप्रसिद्ध प्रमेयाबद्दल बोलले आणि शेवटची पाच मिनिटं थर्मोडायनामिक्सचा दुसरा सिद्धांत आणि ऊर्जा यावर. त्यांचं व्याख्यान संपेपर्यंत प्रेक्षकांमधले फक्त मूठभर लोक उरले होते. या मालिकेतलं ते सगळ्यात कंटाळवाण्या व्याख्यानांपैकी एक होतं. तेव्हा ख्यातनाम व्यक्ती आहे म्हणून ती चांगला वक्ता असेलच याची हमी देता येत नाही. काही सुप्रसिद्ध संशोधक अतिशय वाईट शिक्षक आणि वक्ते असतात असं मला बऱ्याच वेळेला आढळून आलं आहे.

दुसऱ्या बाजूला एच्. टी. ओडम् हे एक वेगळंच रसायन होतं. ते चांगले शिक्षक होते आणि रोचक आणि सुबोध भाषणं करायचे. डॉ. ओडम् पर्यावरण अभियांत्रिकीमध्ये सन्मानित प्राध्यापक होते आणि परिस्थितीविज्ञानात (ecology) प्रणाली सिद्धांत (systems theory) चा वापर करणारे पहिले संशोधक होते. त्यांना अनेक आंतरराष्ट्रीय पारितोषिकं मिळाली होती आणि युएफ् मध्ये त्यांनी दलदलीच्या प्रदेशांच्या संशोधनासाठी प्रसिद्ध केंद्र स्थापित केलं होतं. ते उंचनिंच आणि स्थूल होते आणि त्यांचं नाक उठून दिसणारं होतं, पण ते अतिशय हळुवार आवाजात बोलत. मी डॉ. ओडम् यांना ऊर्जा व्याख्यानमालेत एक भाषण द्यायला आमंत्रित केलं होतं.

डॉ. ओडम् यांनी ऊर्जा प्रणाली आणि सार्वजनिक धोरण यावर काही व्याख्यानं दिली आणि मी भारतात परत येण्यासाठी युएफ् सोडण्याआधी त्यांचं जे शेवटचं व्याख्यान ऐकलं ते होतं आत्म्याच्या ऊर्जेबद्दल. बऱ्याच लोकांना वाटलं की त्यांना म्हातारचळ लागलाय पण मला वाटलं की स्वतःला चित्तवेधक वाटणाऱ्या विषयावर बोलण्याची त्यांच्यात धमक आणि धैर्य होतं. माझ्या मते जे विषय आपल्याला रोचक वाटतात त्यांवर संशोधन करून त्याविषयी बोलणं हाच विद्वत्तेचा पाया आहे. त्याकाळी अमेरिकन शैक्षणिक वातावरण अशा कल्पनांना उत्तेजन देत असे.

रसायनशास्त्रातील नोबेल पुरस्कार विजेते आणि जर्मनीतल्या मॉक्स प्लॅन्क इन्स्टिट्यूटचे संचालक डॉ. मॅनफ्रेड आयगन हे युएफ् ला नियमित भेट द्यायचे. ते युएफ् ला दरवर्षी येऊन उत्क्रांति आणि उष्मा गतिशास्त्राचा (thermodynamics) दुसरा सिद्धांत यावर

व्याख्यानांची मालिका सादर करत असत. सर्वसाधारणपणे १५-२० श्रोते असलेल्या त्यांच्या व्याख्यानांना मी उपस्थित रहात असे. डॉ. आयगन उत्तम वक्ते होते आणि एक अतिशय अवघड विषय सहजतेनं शिकवून सुगम करत असत. त्यांच्या व्याख्यानांना उपस्थित रहाण्यासाठी आणखी एक आकर्षण म्हणजे ते स्वत: देखणे पुरुष होते आणि त्यांच्या साथीला नेहमी सुंदर स्त्री मदतनीस असत.

या व्यक्तींखेरीज असामान्य शिक्षक, विद्वान आणि इतर प्रसिध्द व्यक्तींचा नियमित ओघ विद्यापीठात असे. त्यांच्या शरीराबाहेरचा अनुभव (out of body experience) ते कण भौतिकी (particle physics) ते विश्वोत्पत्तिशास्त्र (cosmology) अशा विविध विषयांवरच्या व्याख्यानांना मी उपस्थित रहात असे. भारतात परत आल्यावर विद्यापीठातल्या जीवनाच्या या बाजूची मला नेहमी राहूनराहून आठवण येते. अमेरिकेतल्या प्रत्येक चांगल्या विद्यापीठात अशा बौद्धिक देवाणघेवाणीच्या अनेक संधी असतात आणि त्यात सहभागी होणं आणि त्यांपासून शिकणं हे त्यात्या विद्यार्थ्यावर अवलंबून असतं. मला बऱ्याच वेळा असं दिसून आलं की युएफ् देत असलेल्या या संपन्न बौद्धिक जीवनाचा लाभ करून घेण्याइतकी अभिरुचीची व्याप्ती मला माहीत असलेल्यांपैकी फारच कमी विद्यार्थ्यांकडं होती.

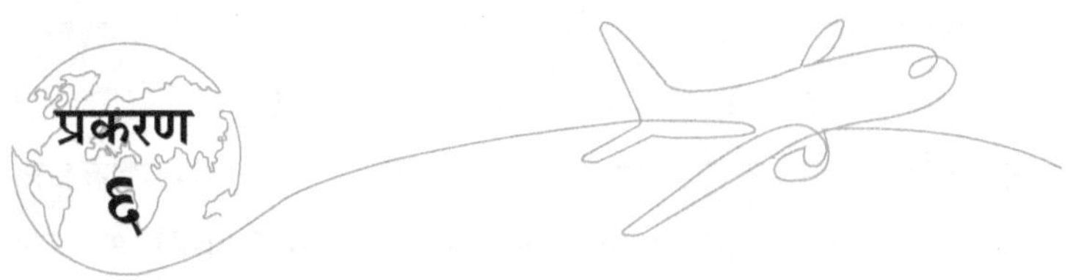

भारत मंडळ

१९७५ साली युएफ् मध्ये साधारण ४० भारतीय विद्यार्थी आणि अर्धा डझन भारतीय प्राध्यापक होते. त्यामुळं भारतीय समुदाय छोटा होता आणि जरी भारतीय विद्यार्थ्यांची एक संघटना होती तरी ती जवळजवळ मृत आणि काही कार्य न करणारी अशी होती. होळी, दसरा आणि दिवाळी यांसारख्या भारतीय सणांच्या वेळी काही अधिक सक्रिय प्राध्यापक भारतीय विद्यार्थ्यांना स्वतःच्या घरी बोलवत आणि अशा तऱ्हेनं आम्ही भेटल्यावर युएफ् मध्ये इतर भारतीय कोण आहेत हे आम्हाला कळत असे. एकत्र जमण्यासाठी आणि एकमेकांच्या आणि भारताबद्दलच्या बातम्यांची देवाणघेवाण करण्यासाठी व्यासपीठ नसल्यामुळं भारतीय विद्यार्थी आणि एकूण समुदाय निराश होता.

आयआयटी कानपूरमध्ये विद्यार्थी-राजकारणात भाग घेतला असल्यामुळं मी ठरवलं की भारतीय विद्यार्थी संघटनेचं पुनरुज्जीवन करणं हे उपयुक्त होऊ शकतं. या कल्पनेचा माझा आयआयटीकेचा सहाध्यायी उदय प्रताप सिंग हा आणखी एक पुरस्कर्ता होता. याबद्दल काही तरी केलं पाहिजे असं आम्ही दोघांनी ठरवलं. युएफ् मध्ये भारतीय विद्यार्थी आणि अध्यापक कोण आहेत ते शोधून काढून त्यांचे पत्ते आणि दूरध्वनी क्रमांक मिळवणं हे पहिलं काम होतं. तेव्हा माझ्या रीड कोऑपमधल्या खोलीत आम्हाला माहीत असलेल्या सगळ्या भारतीय विद्यार्थ्यांची आणि अध्यापक वर्गाची बैठक आम्ही आयोजित केली. त्या खोलीतलं सगळं फर्निचर काढून तिथं गाद्दा आणि उशांची भारतीय बैठक तयार केली. सुमारे ३०-४० भारतीय विद्यार्थी आणि अध्यापक बैठकीला उपस्थित राहिले आणि अशा तऱ्हेनं नवीन भारतीय विद्यार्थी मंडळाची पहिली बैठक १९७५ च्या फॉल (शरद) तिमाहीत पार पडली.

भारतीय अध्यापक मंडळींपैकी बऱ्याचशांना प्रचंड अहंकार होता आणि ते नेहमीच संघटनेचा ताबा घेण्याचा प्रयत्न करत असत अशी पूर्वसूचना बरीच वर्षं तिथं असलेल्या काही लोकांनी मला दिली होती. मला वाटलं की हे क्षुद्र विचारसरणीचं चिन्ह होतं आणि म्हणून बैठकीच्या दरम्यान मी शक्य होईल तेवढा आम्हा सगळ्यांच्या एकत्र काम करण्याच्या आणि कार्यक्रम चालवण्याच्या इच्छेवर भर दिला. भारतीयांचं स्नेहसंमेलन आयोजित करण्यासाठी त्यांनी केलेल्या उत्कृष्ट कामाबद्दल मी अध्यापकांची भरपूर स्तुती केली आणि अशातऱ्हेनं त्यांचा अहंभाव शांत केला. मी पुढाकार घेतला असल्यामुळं मला अध्यक्ष म्हणून निवडण्यात आलं. लगेच अध्यापक मंडळी संघटनेचे महत्त्वाचे सल्लागार होतील याची मी खात्री करून घेतली. त्यांच्याकडं देण्यासारख्या काही नव्या कल्पना नसल्यामुळं त्यांचा सल्ला नंतर क्वचितच घेतला गेला ही गोष्ट अलाहिदा.

मी संघटनेच्या अधिमंडळाला असंही सांगितलं की हा उपक्रम सुरू करायला उदय प्रताप सिंग हाही तेवढाच जबाबदार असल्यामुळं तो युएफ् मध्ये विद्यार्थी नसला तरी संघटनेचा अविभाज्य हिस्सा राहील. खरं तर नंतर सर्व कार्यक्रम फक्त आम्ही दोघांनीच पार पाडले.

पहिली गोष्ट आमच्या संघटनेचं वार्तापत्र काढायचं ही करायची असं आम्ही ठरवलं. तेव्हा दर महिन्याला मी भारतीय विद्यार्थ्यांना आणि अध्यापकांना फोन करत असे आणि त्यांची खबरबात घेऊन उदयच्या कार्यालयात दोन पानांचं वार्तापत्र टंकलिखित करून आठवड्याच्या शेवटी त्याच्याच कार्यालयात जाऊन ५०-६० चक्रमुद्रित (सायक्लोस्टाइल्ड) प्रती बनवत असे. हा छायाचित्रप्रती (फोटोकॉपी) यंत्रांच्या आधीचा काळ होता. या प्रती विद्यार्थी आणि अध्यापकांच्या टपाल पेट्यांमध्ये टाकल्या जात. पहिलं वार्तापत्र वितरित झाल्यानंतर स्वतःच वृत्त सांगण्यासाठी आम्हाला विद्यार्थी आणि अध्यापकांकडून खूपसे फोन येऊ लागले, कारण आपली बातमी वार्तापत्रात समाविष्ट व्हावी असं सगळ्यांनाच वाटत होतं.

हा काळ महाजाल (इंटरनेट) व फॅक्स यांच्या आधीचा होता तेव्हा भारतीय समुदाय जोडलेला रहाण्याचा हा एकच मार्ग होता.

दर महिन्याला आम्ही एक भारतीय (म्हणजे बॉलिवुड) चित्रपट दाखवायचं तसंच दरवर्षी कमीत कमी एक किंवा दोन स्नेहसंमेलनं आणि भोजनांचं आयोजन करायचंही ठरवलं.

या कार्यक्रमांमुळं गेन्सव्हिलमधले आणि आसपासचे भारतीय एकत्र येऊन मिळूमिसळू शकत होते.

मला जर बरोबर आठवत असेल तर १९७० च्या दशकाच्या मध्याला अमेरिकेत बॉलिवुड चित्रपटांचा एकच वितरक होता आणि तो न्यूयॉर्कमध्ये असे. तेव्हा आम्ही त्याच्याशी संपर्क साधून त्याला सांगितलं की आमची एक भारतीय विद्यार्थ्यांची लहानशी संघटना आहे आणि अगदी थोड्या प्रेक्षकवर्गाला आम्ही चित्रपट दाखवू इच्छितो. निश्चित आकडा आता मी विसरलोय पण त्यानं अत्यल्प शुल्कात चित्रपट पाठवायचं कबूल केलं, ते एका अटीवर की आम्हाला वर्षाला १२ चित्रपट घ्यावे लागतील. चित्रपट निवडीत विशेष पर्याय नव्हते, पण वितरकानं आम्हाला आश्वासन दिलं की आम्हाला अगदी अलिकडचे चित्रपट मिळतील. चित्रपट अल्युमिनियमच्या डब्यांमध्ये ग्रेहाउंड बसनं पाठवले जायचे आणि त्यांच्या युएफ् मधल्या प्रदर्शनानंतर ग्रेहाउंड बसनंच न्यूयॉर्कला किंवा वितरक सांगेल त्या ठिकाणी पाठवले जायचे. कारण हे चित्रपट अमेरिकाभर प्रसारित केले जात असत. वितरक त्याच्या वेळापत्रकाचं काटेकोर पालन करत असे, त्यामुळं चित्रपट वार्तापत्रात जाहीर केलेल्या दिवशी आणि वेळेवर दाखवले जात.

तेव्हा दर महिन्याला मी राईट्झ विद्यार्थी संघटनेचं सभागृह १५ डॉलरला आरक्षित करत असे. प्रक्षेपक पाच डॉलर मेहनताना देऊन मिळत असे. चित्रपटाच्या तिकिटाची किंमत एक डॉलर असे.

राईट्झ युनियनचं सभागृह आमच्यासाठी आरक्षित करणाऱ्या बाई माझ्याशी गप्पा मारायच्या आणि आमची चांगली मैत्री झाली होती. एक दिवस त्या उद्गारल्या, "तुम्हाला माहीत आहे का की मला भारताला भेट देऊन तो देश पहायला फार आवडेल, पण मला असं करण्यापासून काय थांबवत असेल तर ते म्हणजे साप!" मला वाटलं त्या चेष्टा करताहेत पण त्या पूर्णपणं गंभीर होत्या आणि त्यांना सापांची खूप भीती वाटत असे. जेव्हा मी त्यांना जाणीव करून दिली की भारतात मी कुठेही जितके साप पहिले होते त्यापेक्षा कितीतरी जास्त माझ्या गेन्सव्हिलच्या वास्तव्यात पहिले होते, तेव्हा त्यांना बराच धक्का बसला. अनेक अमेरिकन लोकांचं भारताबद्दलचं ज्ञान असंच होतं आणि आजही बहुतेक तसंच असेल.

मला बॉलिवुड चित्रपटांचा तिटकारा होता आणि मला ते वस्तुत: पोरकटपणाचे वाटत असत. तेव्हा चित्रपट सुरू करून दिल्यावर मी सभागृहातून बाहेर येऊन बसत असे. मी वाचत बसे किंवा जे भारतीय धूम्रपान करायला किंवा इतर काही कारणानं बाहेर येत असत त्यांच्याशी संभाषण करत असे. बहुतेक वेळा चित्रपटाची प्रिंट ठीक असे, पण एकदा आम्हाला अतिशय वाईट प्रिंट असलेला चित्रपट मिळाला आणि प्रक्षेपणाच्या दरम्यान दोन-तीन वेळा रिळावरची चित्रफीत तुटली. प्रेक्षकांनी लगेच पैसे परत करा म्हणून कोलाहल केला. हे अगदी भारतात चित्रपट दाखवताना थोडी जरी अडचण आली तरी "पैसा वापिस" असं पालुपद नियमितपणं असायचं त्यासारखंच होतं. सगळे अध्यापक आणि विद्यार्थी यांना त्यांचा एक डॉलर परत पाहिजे होता यावर माझा विश्वास बसेना.

चित्रपट दाखवण्यामुळं आमचं भारत मंडळ फारच लोकप्रिय झालं. त्याच्या यशाचं सगळ्यात महत्त्वाचं हे एकच कारण होतं. आसपासच्या जॅक्सनव्हिल आणि ओकाला अशा शहरांमधले भारतीय तसंच बरेचसे बांगलादेशी आणि पाकिस्तानी विद्यार्थीही चित्रपट पहायला हजर राहत. दिवाळी आणि होळीसाठी चांगल्या तऱ्हेनं आयोजित केलेल्या मेजवान्यांनंतर तर आमचं मंडळ युएफ् मधली परदेशी विद्यार्थ्यांची सर्वात सक्रिय अशी संघटना झाली.

खरं तर खूपसे पाकिस्तानी विद्यार्थी भारतीय विद्यार्थी संघटनेच्या माध्यमातून माझे मित्र झाले. भारतीय आणि पाकिस्तानी विद्यार्थ्यांमध्ये इतकी मैत्री आणि सद्भाव पाहून मला फारच आश्चर्य वाटलं. हे जास्त करून आमच्या वयाच्या (२०-२५ वर्षांचे) तरुण विद्यार्थ्यांबद्दल खरं होतं. असं असलं तरी काही वयस्कर पाकिस्तानी विद्यार्थ्यांच्या मनात भारतीयांच्या विरुद्ध छुपा आकस असे, आणि एकदा यामुळं एक विलक्षण परिस्थिती उद्भवली.

एक मध्यमवयीन पाकिस्तानी विद्यार्थिनी पाकिस्तान सरकारच्या शिष्यवृत्तीवर अमेरिकेला आली होती. ती भारत मंडळाच्या चित्रपटांना आणि भोजनांना नियमितपणं येत असे. आमची चांगली मैत्री झाली होती. ती मला तिच्या लहान भावाप्रमाणं वागवायची आणि मला अनाहूत सल्ला द्यायचा तिला कधीच कंटाळा येत नसे. एक सल्ला ती मला सतत द्यायची तो म्हणजे श्वेतवर्णीय अमेरिकन स्त्रियांमध्ये कधी गुंतू नकोस! तिचा अमेरिकन मुलींना इतका विरोध का होता किंवा त्यांच्यापासून माझं रक्षण

करण्याची गरज तिला का वाटली ते मला कधीच समजलं नाही.

एका सकाळी मला स्थानिक पोलिसांकडून दूरध्वनी आला की मेसीज नावाच्या प्रसिद्ध दुकानातून उचलेगिरी करताना एका भारतीय विद्यार्थिनीला पकडण्यात आलं आहे. मी चक्रावून गेलो आणि ती बातमी मी स्थानिक वृत्तपत्रातही पाहिली. म्हणून मी पोलिसांना तिचं नाव मला सांगण्याची विनंती केल्यानंतर मला आढळून आलं की ती पाकिस्तानी विद्यार्थिनी होती. पोलिसांनी नंतर दिलगिरी व्यक्त केली कारण त्यांनी फक्त तिच्याकडे असलेलं विद्यापीठाचं छायाचित्र असलेलं ओळखपत्र तपासून पाहिलं होतं. मी स्थानिक वृत्तपत्रालाही पत्र लिहून त्यांना या गोष्टीबद्दल चुकीची दुरुस्ती छापायला सांगितली जी त्यांनी दुसऱ्या दिवशी छापली.

तिला इतकं चांगलं वागवलं तरी संकटकाळी तिचा प्रतिसाद असा होता हे खरंच दु:खदायक होतं. यानंतर विद्यापीठ परिसरात मला दुरून पाहिलं की ती लपण्याचा आणि मला टाळण्याचा प्रयत्न करीत असे. आम्ही परत एकमेकांशी कधी बोललो नाही.

त्या आणीबाणीच्या काळात भारताबद्दल बातमी मिळणं ही अतिशय कठीण गोष्ट होती. त्यांच्या एच. एन. बहुगुणांशी असलेल्या जवळिकीमुळं माझे वडील स्वतः आणीबाणीचे बळी झाले होते. सेन्सरशिप आणि छळवणुकीच्या भीतीमुळं तेही भारतात घडत असलेल्या घटनांविषयी अजिबात लिहायचे नाहीत. जगात घडत असलेल्या ज्या घटनांचा अमेरिकेवर प्रत्यक्ष परिणाम होत नव्हता त्यात अमेरिकन वृत्तपत्रांना फारच कमी स्वारस्य होतं आणि त्यामुळं आंतरराष्ट्रीय बातम्यांबद्दल दुर्दैवानं ती फारच कमी वार्तांकन करीत.

एक दिवस विद्यार्थ्यांच्या उपहारगृहात मला एक ठेंगणा, टक्कल असलेला, मध्यमवयीन भारतीय गृहस्थ एका टेबलाशी एकटाच जेवताना दिसला. मी माझं जेवण घेऊन त्याच्यापाशी गेलो आणि स्वतःची ओळख करून दिली. त्याची वागणूक अतिशय वैरभावाची वाटली आणि काही वेळानं त्यानं आपला आवाज वाढवला व त्याला माझी सोबत नको असल्याचं मला सांगू लागला. त्याच्या कमालीच्या उद्धटपणामुळं मी चकित झालो आणि त्याला खंबीरपणं पण नम्रतेनं सांगितलं की मी त्याला बडवलं तर त्याचं संरक्षण करायला कोणी येणार नव्हतं! यानं त्याच्या वागणुकीत ताबडतोब बदल घडून आला. तो बिहार राज्याचा मुख्य सचिव होता आणि इंदिरा गांधींपासून पळून

आला होता. मला वाटतं श्रीमती गांधींनी आणीबाणी लादण्यास कारणीभूत झालेल्या १९७४ ची लोक-चळवळ सुरू करणाऱ्या जयप्रकाश नारायण यांच्याशी त्यानं जवळीक साधली होती आणि म्हणून निनावी रहाण्याची त्याची इच्छा. काही का असेना आम्ही चांगले मित्र झालो पण त्यानं लवकरच युएफ् सोडलं आणि तो दुसऱ्या कुठल्या तरी विद्यापीठात गेला. त्याकाळी असे 'इंदिरा गांधी निर्वासित' एका विद्यापीठातून दुसऱ्या विद्यापीठात जात आणि प्रसिद्धीच्या प्रकाशझोतापासून दूर रहात विद्यार्थ्यांशी आणीबाणीशी निगडीत मुद्द्यांची चर्चा करीत.

भारत मंडळाच्या व्यवहारासाठी बराच वेळ आणि श्रम लागत होते आणि बहुतेक त्यात मी खरोखर गुंतून जात होतो कारण मला पदावनत करून माध्यमिक विद्यालयात घातलंय आणि मी माझी इंडियन स्कूल सर्टिफिकेटची परीक्षा नापास झालोय अशी दुःस्वप्नं मला नियमितपणं पडू लागली. ही स्वप्नं मला नियमितपणं पडायची आणि मी घाम येऊन उठायचो. मला त्यांचा खरा अर्थ उकलत नसे, पण एक दिवस एकदम माझ्या लक्षात आलं की माझं सुप्त मन मला सांगत होतं की युएफ् ला येण्याचं माझं खरं उद्दिष्ट पी.एच्. डी. मिळवणं हे होतं आणि भारत मंडळ चालवणं नव्हतं ! म्हणून मी संघटनेच्या कामात माझा सहभाग कमी करायचं ठरवलं.

संघटनेतील मतभेदांमुळं माझ्या प्रयत्नांना मदतच झाली. जसजसा नियमित चित्रपट, भोजन आणि सहलीच्या कार्यक्रमांमधून भारत मंडळानं जोर पकडला (त्यातून आम्हाला चांगली प्राप्तीही होत होती), तसतसं काही जुन्या भारतीय अध्यापक सभासदांना युएफ् च्या भारतीय समुदायावर असणारं त्यांचं नियंत्रण निसटून जातंय असं वाटलं. शिवाय भेट द्यायला आलेल्या भारतीय दूतावासाच्या अधिकाऱ्यांशी भारतीय विद्यार्थी ज्याप्रमाणं वागले होते त्यांनंही त्यांचा अपमान झाला होता. तेव्हा एका विख्यात गुजराती प्राध्यापक सभासदानं गुजराती मंडळ सुरु करायचं ठरवलं. या कल्पनेला मी तीव्र विरोध केला कारण मी सर्व सभासदांना सांगितलं होतं की आम्ही आधी भारतीय होतो आणि मगच गुजराती, महाराष्ट्रीयन, तामिळी इ. असं असलं तरी सत्तेच्या लोभाला काही सीमा नसतात, आणि मला कळून चुकलं होतं की एकत्रित भारत संघटनेचा हा अंत ठरणार.

म्हणून मी राजिनामा द्यायचं ठरवलं आणि एक दिवस भारतीय चित्रपट दाखवण्याच्या आधी राइट्झ युनियन सभागृहात मी माझ्या राजिनाम्याची घोषणा केली. प्रेक्षक

विस्मयचकित झाले आणि त्यांनी माझ्या राजिनाम्याला तीव्र विरोध केला. तरी मी माझ्या राजिनाम्याच्या निश्चयावर कायम राहिलो आणि सगळं साहित्य खजिनदाराच्या स्वाधीन करून बाहेर गेलो. मी नऊ महिन्यांपेक्षा थोडा अधिक काळ भारत मंडळाचा अध्यक्ष राहिलो होतो.

या सर्व प्रकरणानं माझा भ्रमनिरास झाला होता कारण मी संघटनेच्या सभासदांना अनेक वेळा सांगितलं होतं की आपण भारतातल्या ऊर्जा, शिक्षण, भ्रष्टाचार अशा प्रमुख मुद्द्यांवर चर्चा केली पाहिजे आणि युएफ् मधले भारतीय विद्यार्थी आणि अध्यापक एकत्र काम करून यातील काही समस्यांवर तोडगा काढू शकतील. पण युएफ् मधल्या बहुसंख्य भारतीयांना अशा विषयांमध्ये स्वारस्य नव्हतं आणि फक्त बॉलिवुडचे चित्रपट पहायचे होते व काही खास भारतीय भोजनांचा आस्वाद घ्यायचा होता.

उदाहरणार्थ मला काही चांगले भारतीय माहितीपट आणि सत्यजित राय किंवा श्याम बेनेगल यांसारख्या थोर दिग्दर्शकांचे चित्रपट दाखवायचे होते, पण युएफ् मधल्या बहुतेक भारतीयांना शोलेसारखे मसाला बॉलिवुड चित्रपट पहाण्यात रस होता. हा चित्रपटही मी प्रदर्शित केला होता आणि तो सगळ्यात जास्त गर्दी खेचणारा ठरला. त्यांच्यापैकी बहुतेकांना ओळखीचा वाटत असणारा हाच भारत होता. बहुसंख्य विद्यार्थी भारतात परतण्यास उत्सुक नसल्यामुळं भारताबद्दल कुठल्याही प्रकारची बौद्धिक चर्चा त्यांना हवीशी वाटत नव्हती.

असं असलं तरी मंडळात चांगले अनुबोधपट दाखवण्याच्या इच्छेमुळं मला युएफ् च्या वाचनालयात संग्रहित केलेल्या भारतीय चित्रपटांचा आस्वाद घेण्याची उत्तम संधी मिळाली. मी पाहिलेल्यातला एक चित्रपट अजूनही मला स्पष्ट आठवतो आणि त्याचा माझ्या मनावर चांगलाच प्रभाव पडला. त्याचं नाव होतं ''प्रधानमंत्र्यांच्या जीवनातील एक दिवस'' आणि १९६०च्या दशकाच्या सुरुवातीला तो बीबीसीनं चित्रित केला होता. त्या वार्तापटात प्रधानमंत्री जवाहरलाल नेहरूंचा सकाळपासून (नाश्ता) ते उशिरा रात्रीच्या जेवणापर्यंतचा दिवस दाखवला होता. चित्रणासाठी बीबीसीच्या पथकानं २६ जानेवारी हा भारताचा प्रजासत्ताक दिन निवडला होता.

तेव्हा एका दृश्यात पंडित नेहरू पहिल्या रांगेत त्यावेळचे संरक्षणमंत्री कृष्ण मेनन आणि काही परदेशी मान्यवरांसह प्रजासत्ताक दिनाची मिरवणूक पहाताना दाखवले होते. ती

बराच सूर्यप्रकाश असलेली सकाळ असल्यामुळं डोळ्यांवर सावली म्हणून पंडित नेहरूंनी गुंडाळी केलेलं वर्तमानपत्र धरलं होतं. त्या दृश्यात कृष्ण मेनन त्यांच्या स्वभावाला अनुसरून पाहुण्यांबरोबर अखंडितपणं गप्पा मारत होते. नेहरू वैतागले आणि म्हणाले, "मेनन तू जरा वेळसुद्धा बोलणं थांबवू शकत नाहीस का? या खरडपट्टीनंतर कृष्ण मेनन काही मिनिटं गप्प बसले, पण परत उत्साहानं गप्पा मारू लागले. या वेळपर्यंत नेहरू चांगलेच रागावले होते आणि त्यांनी कृष्ण मेनन यांच्या खांद्यावर वर्तमानपत्राच्या गुंडाळीनं तडाखा हाणला व त्यांना गप्प बसायला सांगितलं. भारताचा सर्वांत लोकशाहीवादी प्रधानमंत्री भारताच्या संरक्षणमंत्र्यांशी एखाद्या शिक्षकाप्रमाणं वागेल यावर माझा विश्वास बसेना. हा चित्रपट भारतात कधी दाखवला गेला होता का हे मला माहीत नाही.

भारत मंडळ नऊ महिने चालवून मी खूप काही शिकलो. आपण भारतीय परदेशातही आपल्या स्वत:चा लहान भारत आणि असुरक्षिततेच्या भावना आणून एकमेकांशी कसे भांडतो याचा प्रत्यक्ष अनुभव मला मिळाला. म्हणूनच आपल्याला एकसंध शक्ती म्हणून काम करणं हे अतिशय अवघड आहे.

पुढे युएफ् मधला भारतीय समुदाय खूपच वाढला. आज पहिल्या आणि दुसऱ्या पिढीचे हजारो भारतीय विद्यार्थी आणि भारतीय मुळाचे शेकडो अध्यापक तिथे आहेत. तरीही जेव्हा कधी मी युएफ् ला भेट देतो तेव्हा जुन्या काळचे थोडे फार राहिलेले लोक मी मंडळ चालवत होतो त्यावेळी त्यांना किती मजा आली याच्या अजून आठवणी काढतात.

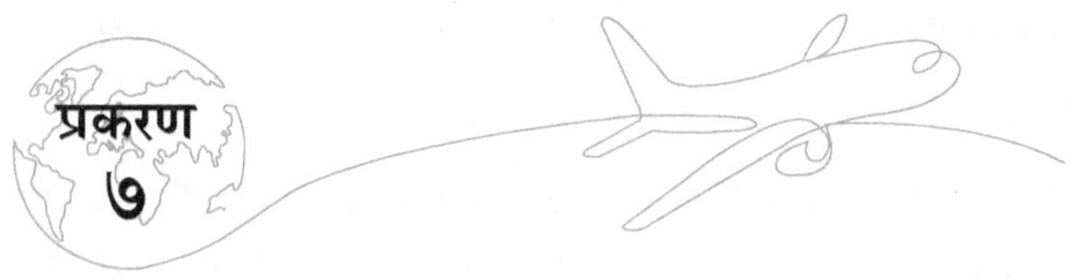

लग्न

ज्या स्पष्टीकरण माझ्याकडं नाही अशा बऱ्याच आनंदाच्या घटना माझ्या आयुष्यात घडल्या आहेत, पण मी त्यांना देवाचं देणं मानतो आणि धन्य होतो. युएफ्‌ मध्ये माझ्या भावी पत्नीची भेट ही त्यांपैकी एक घटना होती.

मी नंदिनीला प्रथम १९७५ च्या शरद (फॉल) तिमाहीत कधी तरी कृषिशास्त्राच्या मकार्टी हॉल इमारतीसमोर पाहिलं. ती अतिशय उंच, गोरी आणि काळे केस असलेली असल्यामुळं दक्षिण अमेरिकेतल्या कुठल्या तरी देशाची असेल असं मला वाटलं. त्यानंतर जवळजवळ १०-१५ दिवस ती मला दिसली नाही. नंतर एक दिवस मी जेवायला राइट्झ विद्यार्थी संघटनेच्या उपहारगृहात गेलो असताना ती एका टेबलाशी एकटीच जेवताना दिसली.

मी तिच्याबरोबर बसण्याची परवानगी मागितली. ती भारतीय असून महाराष्ट्रीयन आहे आणि तिचं नाव नंदिनी निंबकर आहे असं मला कळलं. ती कृषिविद्या (ऑग्रॉनॉमी) विषयात पदव्युत्तर शिक्षणासाठी आली होती. तिचा स्वभाव बराच संकोची असल्यामुळं मीच बहुतेक वेळ बोलत होतो. त्या भेटीनंतर आम्ही उपहारगृहात कधीमधी भेटत असू आणि अशातऱ्हेनं आमची मैत्री झाली.

मला नंतर कळलं की नंदिनी एका अतिशय ख्यातनाम महाराष्ट्रीयन कुटुंबातून आलेली होती. तिच्या आईकडून ती महर्षी कर्वे (भारतातले पहिले भारतरत्न) यांची पणती आणि इरावती कर्वे (एक अतिशय प्रसिद्ध मानववंशशास्त्रज्ञ) यांची नात होती. तिच्या वडिलांकडून तिचे आजोबा विष्णू निंबकर हे मुंबईचे विख्यात उद्योगपती होते आणि तिची आजी अमेरिकन होती (एलिझाबेथ लंडी, जिनं आपलं नाव विष्णू निंबकर

यांच्याशी लग्न केल्यावर कमला निंबकर असं बदललं). ती जॉर्ज वॉशिंग्टन यांच्या मंत्रिमंडळात अर्थखातं संभाळणाऱ्या रॉबर्ट मॉरिस यांची वंशज असल्यामुळं डॉटर ऑफ रेव्होल्युशन (क्रांतिकन्या) होती.

युएफ् मध्ये फक्त दोन-तीन भारतीय विद्यार्थिनी होत्या आणि कमीत कमी १० पट भारतीय विद्यार्थी. तेव्हा साहजिकच विद्यार्थिनींना जोरदार अनुनय सोसावा लागत असे. त्यामुळं बऱ्याच वेळा त्याचं पर्यवसान मनःस्ताप आणि नैराश्याचे झटके यांत होत असे. काहीही असो आम्ही दोघं एकमेकांकडं आकर्षित झालो होतो आणि म्हणून एप्रिल १९७६ मध्ये लग्न करायचं ठरवलं.

नंदिनी जवळजवळ ५ फूट १० इंच उंच आणि सडपातळ होती, त्यामुळं माझे बहुतेक भारतीय मित्र तिला एकमितीय (सिंगल-डायमेन्शनल) म्हणत. असं असलं तरी ती अतिशय आकर्षक आणि मोहक होती. माझे बरेचसे अमेरिकन मित्र मी स्वत:पेक्षा जवळजवळ चार इंचांनी उंच असलेल्या मुलीशी लग्न करणार म्हणून आश्चर्यचकित झाले होते. त्यातील काहींनी तर मला तिच्याशी लग्न करण्यापासून परावृत्त करण्याचाही प्रयत्न केला. अमेरिकन पुरुषांचे असे मागासलेले विचार हे माझ्यासाठी एक मोठं आश्चर्यच होतं.

प्रत्यक्षात आमच्या उंचीतील फरकामुळं काही मजेशीर घटना घडल्या. आमच्या लग्नानंतर फोटो काढण्यासाठी आम्ही एका छायाचित्रकाराच्या दुकानात गेलो. ती महिला छायाचित्रकार आम्हाला एकत्र उभं राहू देईना. उंचीतला फरक कोणाला दिसू नये म्हणून नंदिनीला एका स्टुलावर बसायला लागलं आणि मला तिच्या शेजारी उभं रहावं लागलं. छायाचित्रकारानं मला समजावून सांगितलं की अशा औपचारिक छायाचित्रात बायको तिच्या नवऱ्यापेक्षा उंच असू शकत नाही.

आम्ही दोघांनी लग्न करायचं ठरवल्यावर मी लगेच लखनऊला माझ्या आई-वडिलांना फोन लावला. त्या काळी भारताला फोन करणं फारसं सोपं नव्हतं. त्यासाठी आधी न्यूयॉर्कचा आंतरराष्ट्रीय ऑपरेटर, मग नवी दिल्लीचा ऑपरेटर आणि शेवटी लखनऊचा ऑपरेटर यांच्यामधून जावं लागायचं. न्यूयॉर्कमधल्या ऑपरेटरकडं भारताची अद्ययावत माहिती असावी कारण ती मला भारतात इंदिरा गांधींची आणीबाणी आणि हुकुमशाहीचं काय चाललंय म्हणून विचारू लागली. या बाईचं

एकूण ज्ञान पाहून मला खरंच आश्चर्य वाटलं.

माझ्या आईनं मला पहिला प्रश्न विचारला तो हा की ती भारतीय आहे की अमेरिकन. जेव्हा मी तिला सांगितलं की ती भारतीय आणि महाराष्ट्रातली आहे, तेव्हा तिला फारच आनंद झाला कारण तिला वाटलं की कुठल्याही प्रांतातली भारतीय सून परदेशी सुनेपेक्षा केव्हाही चांगली. त्याकाळी बरेचसे भारतीय विद्यार्थी अमेरिकनांशी लग्न करायचे आणि माझ्या आईला मीही असं करेन अशी भीती वाटायची. ठरवून केलेल्या लग्नाला असलेला माझा विरोध माझ्या आई-वडिलांना माहीत होता कारण हुंड्याला माझा विरोध होता आणि बनिया जातीत हुंडा ही मोठी गोष्ट असे. तेव्हा मी त्यांना सांगितलं होतं की जर मी लग्न केलं तर ते हुंड्याशिवाय असेल आणि मला आवडणाऱ्या व्यक्तीशी असेल.

नंदिनीशी लग्न करण्याच्या माझ्या निर्णयाबद्दल आई-वडिलांना सांगितल्यावर मी माझ्या भावी सासऱ्यांची त्यांच्या मुलीशी लग्न करण्यासाठी औपचारिक परवानगी मागणारं पत्र लिहिलं आणि त्यात स्वत:विषयी आणि माझ्या कुटुंबाविषयी माहितीही सांगितली. माझ्या सासू-सासऱ्यांकडून माझ्या त्या पत्राला कधी उत्तर मिळालं नाही, पण नंदिनीनं मला सांगितलं की त्यांनी नकार दिला तरी काही हरकत नाही. तरीपण आमचा निर्णय माझ्या सासूसासऱ्यांनी नंतर आनंदानं स्वीकारला.

नंदिनी खूप बारीक असल्यामुळं प्रियाराधनेच्या काळात मी ती अंगानं जरा भरावी म्हणून तिला नियमितपणं बास्किन रॉबिन्स या आईस्क्रीमच्या दुकानात घेऊन जात असे. परंतु तिचा चयापचय इतका चांगला होता की माझ्या या दानशूरपणाच्या कृत्याचा तिच्या एकमितीय शरीरावर तसूभरसुद्धा परिणाम झाला नाही.

माझ्या पुरुषी अहंकारामुळं लग्नाबद्दल काही विचित्र कल्पना माझ्या मनात होत्या. त्यातली एक म्हणजे मी माझ्या बायकोचं पालनपोषण करू शकेन तेव्हाच मी लग्न करावं. मी अजून विद्यार्थी असल्यामुळं माझी पी.एच्.डी. संपवून नोकरी मिळेपर्यंत थांबावं असा माझा विचार होता, परंतु त्याच गावात आणि रस्त्याच्या अल्याडपल्याड वेगळं रहाणं यातही काही शहाणपण नव्हतं.

रोज संध्याकाळी रात्रीच्या जेवणासाठी आम्ही रीड कोऑपमध्ये भेटत असू जिथे मी तिच्यासाठी स्वयंपाक करीत असे. बऱ्याच वेळा आम्ही बाहेरही जेवायला जात असू,

परंतु आम्ही दोघंही आमच्या शिक्षणात व्यग्र असल्यामुळं तसंच दोघंही विद्यार्थी असल्यानं काटकसर करणं आवश्यक होतं म्हणून, आम्हा दोघांसाठी जेवण बनवणं मला जास्त स्वस्त आणि सोपं वाटत होतं.

असं ३-४ महिने चालू राहिलं आणि आमचा बहुतेक सगळा मोकळा वेळ आम्ही एकमेकांबरोबर घालवत असल्यानं आम्ही विचार केला की लग्न करून विद्यापीठाच्या विवाहित विद्यार्थ्यांसाठी असलेल्या सदनिकेत रहाणं जास्त बरं होईल. आम्ही दुप्पट भाडं भरत असल्यामुळं आम्हा दोघांसाठी हे जास्त स्वस्त होणार होतं. म्हणून मी विवाहित विद्यार्थी सदनिकेसाठी अर्ज केला आणि १९७६ च्या डिसेंबरच्या शेवटच्या आठवड्यात आम्ही ती ताब्यात घेऊ शकतो असं आम्हाला सांगण्यात आलं.

म्हणून शरद (फॉल) तिमाही संपल्यानंतरच्या पहिल्या रविवारी १२ डिसेंबर १९७६ ही सगळ्यात सोयीची तारीख आम्ही लग्नासाठी ठरवली.

लग्न करायला भारतात जाण्याच्या कल्पनेलाही माझा जोरदार विरोध होता कारण हे सर्व काम साधं आणि उत्कृष्ट अभिरुची ठेऊन केलेलं असावं असं मी मानत होतो. नंदिनीचीही काही हरकत नव्हती कारण तिच्या आईवडिलांचा लग्नसमारंभ साजरा करण्यावर विश्वास नव्हता. म्हणून आम्ही गेन्सव्हिलमध्येच लग्न करायचं ठरवलं. अर्थातच आमचं लग्न भारतात व्हावं असं वाटत असल्यानं माझे आई-वडील विशेष खूश नव्हते. मी त्यांचा सगळ्यात मोठा मुलगा असल्यानं कुटुंबातलं पहिलं लग्न थाटामाटात व्हावं असं त्यांना वाटत होतं. ही त्यांची इच्छा मी पुरी करू शकलो नाही.

जेव्हा नंदिनी १९७५ च्या शरद (फॉल) तिमाहीत युएफ् ला आली होती तेव्हा ती वेब नावाच्या अमेरिकन कुटुंबात राहिली होती. टॉम हा यूएसएआयडीचा सल्लागार होता म्हणून तो आणि त्याची बायको डॉट वेब भारतात येऊन काही वर्षं पुण्यात राहिले होते. ते निंबकरांचे मित्र झाले होते आणि दोघंही अतिशय चांगले लोक होते. नंदिनी तिचा पदव्युत्तर अभ्यास करायला ज्या ॲग्रॉनॉमी विभागात आली होती त्यांच्याशी टॉम संलग्नित असल्यामुळं ते गेन्सव्हिलमध्ये रहात होते.

अशातऱ्हेनं गेन्सव्हिलमध्ये वेब्स तिच्यासाठी दत्तक आई-वडिलांसारखे होते. म्हणून त्यांनी मला सांगितलं की लग्न त्यांच्या घरात साजरं झालं तर त्यांना फार आनंद होईल आणि लग्न समारंभात ते कन्यादान करू शकतील. लग्नाचं संचालन करण्यासाठी त्यांनी

एक पादी असलेला छान वकीलही शोधून काढला. त्या सद्गृहस्थांनी मला सांगितलं की मला आणि नंदिनीला लग्न समारंभात ते ख्रिस्ती आणाभाका घ्यायला लावतील.

जरी मला अगदी साधं लग्न हवं होतं तरी ख्रिस्ती शपथा घेणं मंजूर नव्हतं. म्हणून मी त्यांना विचारलं की वैदिक संहितेतल्या आणाभाका घेतल्या तर चालतील का. तर त्यांनी त्याला संमती दिली.

तेव्हा पुढचे दोन दिवस मी युएफ् च्या वाचनालयात जाऊन आपल्या प्राचीन हिंदू ग्रंथांमध्ये भारतीय लग्नाबद्दल आणि त्यात घ्यायच्या शपथांबद्दल जे सर्व साहित्य होतं त्याचा बारकाईनं अभ्यास केला. मला असं आढळून आलं की पारंपरिक लग्नामध्ये बहुसंख्य वेळा जे संस्कृत मंत्र म्हणले जातात आणि आणाभाका घेतल्या जातात त्यांचं अधुनिक जीवनात काहीही औचित्य नसतं. जसं की एका श्लोकात एका नवरा आणि नवरी दोघंही १० मुलगे आणि २० गायी मागतात. मला वाटलं की त्या श्लोकाच्या अधुनिक भाषांतरात १० कारखाने आणि २० मर्सिडीज गाड्या मागितल्या पाहिजेत.

हे संशोधन करीत असताना मला असंही आढळून आलं की लग्नसमारंभात होणारं अनावश्यक कर्मकांड पाहून महात्मा गांधीही दुःखी झाले होते आणि त्यांनी हिंदू लग्नविधीतील शपथांना अतिशय सुलभ रूप दिलं. शपथा फक्त १५ मिनिटं चालायच्या.

काही का असेना पण बरंच संशोधन केल्यानंतर मी वेदांमधून काही सुंदर शपथा निवडल्या. त्यांचा थोडक्यात मतितार्थ असा होता की आम्ही दोघं प्रवेश करत असलेल्या या वैवाहिक युतीत आम्ही समान वाटेकरी होतो.

मग मी पाद्र्यांच्याबरोबर त्या शपथा वाचल्या कारण त्यांना त्यातल्या संस्कृत नावांच्या उच्चाराची तालीम करणं आवश्यक होतं. ते पाद्री या सर्व कार्यपद्धतीनं खूपच प्रभावित झाले आणि त्यांनी सुचवलं की आम्ही स्थानिक दूरचित्रवाणीला आमंत्रण देऊन या समारंभाचं चित्रण करावं. आम्ही दोघांनीही नम्रपणं त्यांची सूचना नाकारली.

तेव्हा १२ डिसेंबर १९७६ ला आमच्या काही जवळच्या मित्रांसमोर वेब यांच्या घरी आमचं लग्न झालं. मी २६ आणि नंदिनी २२ वर्षांची होती. आम्ही गेन्सव्हिलमध्ये लग्न करणारे युएफ् मधले पहिले भारतीय विद्यार्थी होतो. तेव्हापासून आम्ही आनंदानं विवाहित आहोत आणि गेल्या वर्षी २००६ मध्ये आम्ही आमच्या लग्नाचा तिसावा

वाढदिवस साजरा केला.

माझ्या आई-वडिलांनी आमच्या लग्नाच्या दिवशी शुभेच्छा देण्यासाठी आधीच फोन कॉल नोंदवला होता. पण १९७६ मध्ये भारतातून अमेरिकेला फोन लावणं हे चंद्राला फोन लावण्यासारखं होतं. त्या दिवशी त्यांना फोन लागला नाही आणि काही दिवसांनीच मला फोन करणं त्यांना शक्य झालं. माझ्या आईला त्या प्रसंगाची नेहमीच खंत वाटत आली.

आम्हाला विवाहित विद्यार्थ्यांसाठीची डायमंड व्हिलेजमधली सदनिका मिळेपर्यंत आम्ही पुढचे १० दिवस आपापल्या वसतिगृहात राहिलो.

लग्न झालेलं जोडपं म्हणून एकत्र राहण्यात आम्हा दोघांनाही बरीच तडजोड करावी लागली. बऱ्याच वेळा क्षुल्लक कारणांवरून लहानसहान झगडे होत. माझ्या समजुतीप्रमाणं त्यांच्या प्रारंभीच्या वैवाहिक जीवनात प्रत्येक तरुण जोडप्याच्या बाबतीत असं घडतं. भारतातल्या सामाजिक वातावरणात विस्तारित कुटुंबाच्या आधारव्यवस्थेमुळं मतभेद दूर व्हायला मदत होते. तथापि विदेशात एकटंच रहात असल्यामुळं ही आधारयंत्रणा उपलब्ध नसते. तशाही परिस्थितीत आम्ही अतिशय चांगलं जुळवून घेतलं. लग्न करून एकत्र राहण्याचा निर्णय माझ्या आयुष्यातला एक सर्वोत्तम निर्णय होता असं मला नेहमीच वाटत आलं आहे. लग्नानं आम्हाला भावनिक आधार पुरवला आणि अमेरिकेत कधीकधी वाटणाऱ्या एकटेपणापासून आमची सुटका केली.

मी नंदिनीला नाव बदलायलाही सांगितलं नाही कारण नाव हा आपल्या व्यक्तिमत्वाचा एक महत्त्वाचा भाग असतो आणि म्हणून त्या व्यक्तीबरोबर ते आयुष्यभर राहिलं पाहिजे. त्याकाळी ही बरीच क्रांतिकारक घटना होती. महाराष्ट्रातल्या प्रथेनुसार बायको नवऱ्याचं आडनावच घेते असं नाही तर तिचं पहिलं नावही बदललं जातं! त्यामुळं महाराष्ट्रात लग्नानंतर एका स्त्रीची ओळख पूर्णपणं बदलून जाते. ही एक रानटी प्रथा आहे असं मला वाटलं. हल्ली बऱ्याच लग्न झालेल्या जोडप्यांमध्ये स्त्रिया त्यांचं लग्नाआधीचं नाव कायम ठेवतात.

नंदिनीला स्वयंपाक अजिबात येत नव्हता. तिचं पहिलं वर्षभर जेव्हा ती बीटी टॉवर्समध्ये रहात होती तेव्हा ती आम्ही जिथे भेटलो होतो त्या राइत्झ युनियनच्या उपहारगृहात जेवायची. जेव्हा आमची मैत्री झाली तेव्हा दुपारचं जेवण आम्ही उपहारगृहात करायचो

आणि आमच्या लग्नाच्या जवळजवळ सहा महिने आधीपासून मी रात्रीच्या जेवणासाठी तिला रीड कोऑपमध्ये बोलवायचो. लग्नानंतर मी तिला थोडाफार स्वयंपाक शिकवला.

काही का असेना पण ती बरीच पटकन शिकली आणि कधीकधी स्वादिष्ट जेवण बनवायची. आम्ही दोघंही विद्यार्थी असल्यामुळं स्वयंपाकासह सर्व कामाची वाटणी करायचो. तेव्हा तीन दिवस मी रात्रीचं जेवण बनवायचो आणि आठवड्याचे उरलेले तीन दिवस ती हे काम करायची. लवकरच अशी परिस्थिती निर्माण झाली की जेव्हा माझी पाळी यायची तेव्हा मी तिला जेवायला बाहेर घेऊन जायचा बेत करायचो. तेव्हा अनेक वेळा आठवड्यातले सहाही दिवस तीच स्वयंपाक करायची.

आम्हाला दोघांनाही अमेरिकन जेवण आवडत असल्यामुळं आम्ही बऱ्याच वेळेला बाहेर जेवायचो. वास्तविक दर शुक्रवारी किंवा शनिवारी आम्ही राइट्झ युनियनमधल्या किंवा बाहेरच्या चित्रपटगृहात जाऊन चित्रपट पहात असू आणि गेन्सव्हिलचा विस्तार होत होता तसतशी जी नवनवीन उपाहारगृहं उघडत होती त्यातल्या एकात रात्रीचं छानसं जेवण करायचो. त्याकाळी इंटरनेट किंवा चित्रपटांच्या डीव्हीडी नसायच्या आणि दूरचित्रवाणीवर फक्त चार वाहिन्या मिळत असत. म्हणून चित्रपटगृहात जाऊन चित्रपट पहाणं हे मनोरंजनाचं प्रमुख साधन होतं.

नंदिनीसुद्धा उत्तम विद्यार्थिनी होती आणि तिच्या अभ्यासक्रमामध्ये तिला सातत्यानं अ श्रेणी मिळत असे. तिच्या प्राध्यापकांची ती फार आवडती होती. तिनं त्यांच्यावर आणि बरोबरच्या विद्यार्थ्यांवर बराच काळ टिकणारी छाप पाडली असावी, कारण १९९७ मध्ये एक ख्यातनाम माजी विद्यार्थिनी म्हणून युएफ् नं तिचा गौरव केला. १९९७ साली विद्यार्थी-विद्यार्थिनींच्या एकत्र शिक्षणाला ५० वर्षं पूर्ण झाली म्हणून स्वत: निवडलेल्या क्षेत्रात उत्कृष्ट कामगिरी करणाऱ्या जगभरातल्या ४७ पदवीधर महिलांचा सन्मान करण्याचं युएफ् च्या प्रशासनानं ठरवलं. १९४७ पासून विद्यापीठातून उत्तीर्ण झालेल्या ८५००० महिला विद्यार्थिनींमधून ही निवड करण्यात आली. या पुरस्कारासाठी निवडलेल्या महिलांमध्ये नंदिनी एकटीच भारतीय आणि अमेरिकन नागरिक नसलेली अशी होती.

सप्टेंबर १९९७ मध्ये अध्यक्ष क्लिंटन यांच्या मंत्रिमंडळातील मंत्री, हॉलिवुडची अभिनेत्री, ऑलिंपिक सुवर्णपदक विजेती, फ्लॉरिडाची मुख्य न्यायाधीश इ. ४६ इतर पदवीधर

महिलांबरोबर एका चमकदार समारंभात युएफ्यू मध्ये नंदिनीचा सत्कार करण्यात आला. विद्यापीठातल्या मध्यवर्ती ठिकाणी इतरांबरोबर तिचंही नाव एका फलकावर कोरण्यात आलं आहे आणि आमची प्रथम भेट झाली त्या राइट्झ युनियनच्या मुख्य स्वागतकक्षाची भिंत तिच्या फोटोनं सुशोभित झाली आहे.

आणखी एक गोष्ट ज्यानं आम्ही एकत्र बांधलो गेलो होतो ती म्हणजे भारतात परत जाण्याची इच्छा. नंदिनी याबाबतीत माझ्यापेक्षा ठाम होती. ती ऑरिझोनातल्या टूसॉन इथे जन्मली होती आणि म्हणून अमेरिकेची नागरिक होती, पण अमेरिकेला येण्यापूर्वी तिनं आपल्या नागरिकत्वाचा त्याग केला होता. ही अतिशय दुर्मिळ कृती आहे आणि हे करणारी दुसरी व्यक्ती मला तरी कधी भेटलेली नाही. आम्ही दोघांनीही स्वत:ची कारकीर्द भारतात सुरू करण्याचा निश्चय केला होता. भारतात कुठं जायचं हे निश्चित नव्हतं. वस्तुत: अमेरिकेत रहात असताना भारतात परत जाण्याची इच्छा असणाऱ्या माझ्या अनेक मित्रांशी मी संवाद साधला होता, पण त्यांच्या बायका असं करायला उत्सुक नव्हत्या. अशा तऱ्हेनं त्या काळी अमेरिकेत असणाऱ्या एखाद्या विद्यार्थी जोडप्याला भारतात परत जायचंय ही दुर्मिळ घटना होती.

आम्हाला परत जायचं असल्यामुळं आम्हाला आमची मुलं अमेरिकेत वाढवायची नव्हती. अमेरिकेत मुलं होऊ देणं हा अमेरिकेत रहाण्यासाठी खात्रीचा परवाना होता आणि शिवाय मुलांच्या उच्च शिक्षणासाठी फायद्याचं होतं. त्यामुळं आमचे जवळजवळ सर्व भारतीय मित्र आणि डायमंड व्हिलेजमधले इतर लग्न झालेले विद्यार्थी यांना वाटलं की आमचं डोकं फिरलंय. आमची मुलं पुरेशी हुशार असतील तर आमच्याप्रमाणेच ती स्वत:हून अमेरिकेला येऊ शकतील असं मला नेहमी वाटत असे. शिवाय आम्ही दोघंही विद्यार्थी होतो आणि आम्हाला अमेरिकाभर आणि शक्य झालं तर इतर देशांनाही प्रवास करायचा होता. नेहमीची कौटुंबिक आधारव्यवस्था नसल्यानं मुलांचं ओझं बरोबर असणं हे या बेताला अनुकूल ठरलं नसतं.

भारतात ऑगस्ट १९८१ मध्ये परत आल्यावर एका वर्षाच्या आत आमची मोठी मुलगी नूरी हिचा जन्म झाला. तिनं आपल्या आई-वडिलांची परंपरा पुढं चालू ठेवली आणि सध्या ती युनिव्हर्सिटी ऑफ फ्लॉरिडामध्ये पी.एच्.डी. करते आहे.

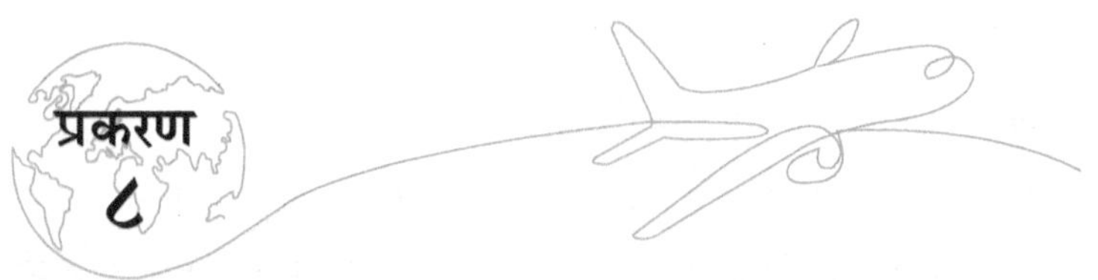

अधिक चांगल्या विद्यापीठाच्या शोधात?

मी१९७४ च्या अखेरीस युएफ् ला आल्यावर अमेरिकन आदर्शाशी तुलना केली असता परिस्थिती बरीच गंभीर होती. आमच्या विभागात दर शनिवारी आणि रविवारी वीज नसायची आणि खर्च कमी करण्याचा उपाय म्हणून पदव्युत्तर विद्यार्थ्यांच्या कार्यालयातले दूरध्वनी खंडित करण्यात आले होते. सुदैवानं मला मेकॅनिकल इंजिनिअरिंगच्या मुख्य इमारतीत एक चांगली खोली देण्यात आली होती आणि ती मला इतर तीन अमेरिकन पदव्युत्तर विद्यार्थ्यांबरोबर वापरायची होती. त्यांच्यातले दोघं तर फारच क्वचित ऑफिसात येत असल्यामुळं मुळात त्या खोलीत माझ्याशिवाय फक्त आणखी एकच पदव्युत्तर विद्यार्थी होता.

मी पहिल्या तिमाहीत घेतलेल्या कोर्समधल्या विद्यार्थ्यांची गुणवत्ता माझ्या आयआयटी कानपूरमधल्या वर्गमित्रांच्या दर्जापेक्षा फारच कमी होती. शिवाय डॉ. फार्बर यांचा जो पहिला कोर्स मी घेतला तो डायरेक्ट एनर्जी कन्व्हर्जन (उर्जेचं थेट रूपांतरण) यावर होता आणि त्याचा फज्जा उडाला. माझ्या लक्षात आलं होतं की त्यांना त्या विषयाचं फारच कमी सैद्धान्तिक ज्ञान होतं आणि पाठ्यपुस्तकांमध्ये लिहिलं होतं त्याउपर काही नवीन ज्ञान ते आम्हाला देऊ शकले नाहीत. एक दिवस वर्गात मी त्यांना त्याबद्दल प्रश्न विचारला आणि सरळ उत्तर देण्याऐवजी त्यांनी स्वतःची महती वर्णन केली आणि एका परदेशी विद्यार्थ्यांचं त्यांना असा प्रश्न विचारण्याचं धाडस कसं होऊं शकतं याबद्दल बोलले. खरं तर माझ्या प्रश्नानं त्यांच्या आत्मविश्वासाला हादरा बसला असावा कारण पुढची दोन पूर्ण व्याख्यानं त्यांनी प्रश्नाचं उत्तर देण्याऐवजी माझी खरडपट्टी काढण्यात घालवली. त्या वर्गातले २५-३० विद्यार्थीही भेदरून गेले होते आणि त्यांनी मला सांगितलं की डॉ. फार्बरसारख्या महान व्यक्तीला कोणीही प्रश्न विचारत नाही. तरीसुद्धा फार्बर जे शिकवत

होते त्याबद्दल शंका घेण्याची हिंमत कोणीतरी दाखवली म्हणून त्या विद्यार्थ्यांना आनंदही झाला होता.

ज्या डॉ. फार्बर यांच्यासाठी मी भारतातून इतक्या दूरवरून आलो होतो त्यांच्याशी हा माझा पहिलाच खरा संवाद होता. ही घटना, पदव्युत्तर विद्यार्थ्यांची गुणवत्ता आणि त्यांच्या जोडीला मेकॅनिकल इंजिनिअरिंग विभागाची वाईट परिस्थिती या सर्वांमुळं मी चुकीच्या ठिकाणी आलोय अशी जाणीव मला एकाएकी झाली. मी युनिव्हर्सिटी ऑफ फ्लॉरिडाला जाऊन चूक करतोय हे संभाव्य संकटाचा इशारा देणारे श्री. शर्मा - नवी दिल्लीतल्या शिक्षण मंत्रालयातले लिपिक - यांचे शब्द आता मला आठवले. तेव्हा मी ठरवलं की संधी मिळाली की लवकरात लवकर युएफ् सोडून दुसऱ्या कुठल्या तरी विद्यापीठात जावं.

तेव्हा मी आयआयटीके मध्ये ज्यांच्याशी मैत्री केली होती त्या ॲन आर्बर येथील युनिव्हर्सिटी ऑफ मिशिगन (युएम्) येथील मेकॅनिकल इंजिनिअरिंगच्या प्राध्यापकांना फोन केला आणि माझ्या युएफ् मधल्या अडचणींबद्दल त्यांना सांगितलं. माझ्याशी बोलून ते खुश झाले आणि माझ्याकडे अगोदरच भारत सरकारची शिष्यवृत्ती असल्यामुळं त्यांनी मला ताबडतोब पदव्युत्तर कार्यक्रमात प्रवेश देऊ केला. त्यांच्या विभागाच्या निधीमधून शिष्यवृत्तीएवढं विद्यावेतन देण्याचंही त्यांनी कबूल केलं. मग त्यांनी परत फोन करण्यासाठी माझ्या ऑफिसचा दूरध्वनी क्रमांक विचारला. मी त्यांना सांगितलं की खर्च कमी करण्यासाठी आमच्या ऑफिसात फोन नव्हते. त्यावर त्यांनी उत्तर दिलं की आम्ही तुम्हाला आमच्या विभागात घेऊ एवढंच नाही तर तुम्हाला तुमचा स्वत:चा दूरध्वनी असलेलं ऑफिसही देऊ. आमच्या सर्व पदव्युत्तर विद्यार्थ्यांच्या ऑफिसमध्ये फोन असतात. हा प्रस्ताव फारच आकर्षक होता आणि म्हणून मी संधी मिळाली की प्रथम युएम् आणि इतर प्रसिद्ध विद्यापीठांना भेट देण्याचं ठरवलं. अमेरिकेत प्रवास करण्यासाठी यामुळं मी पहिल्यांदा प्रवृत्त झालो.

डॉ. फार्बर कुशाग्र बुद्धीचे असल्यामुळं वर्गातल्या वादावादीमध्ये त्यांना माझ्यात काही तरी दिसलं असलं पाहिजे, कारण ते माझ्याशी बऱ्याच स्नेहभावानं वागून जास्त वेळा बोलायला आणि सूर्यऊर्जेशी निगडित विविध मुद्द्यांवर चर्चा करायला लागले. ते सूर्यऊर्जा विषयाचे मोठे तज्ज्ञ असल्यामुळं या विषयाचं त्यांचं आकलन त्यावर प्रकाश टाकणारं होतं आणि त्यामुळं मला ते आवडू लागले. तरी मला वाटलं की दुसऱ्या

विद्यापीठांना भेटी देऊन दुरून साजरे दिसणारे डोंगर आहेत तरी कसे हे पहाणंही फायद्याचं ठरेल.

हिवाळ्याच्या तिमाही (winter quarter) नंतर वसंतऋतूची तिमाही (spring quarter) लगेचच सुरु होत असल्यामुळं अमेरिकेतील प्रेक्षणिय स्थळं पहायला पुरेसा वेळ नव्हता. म्हणून मी उन्हाळ्याच्या सुट्टीत अमेरिका पहायचं ठरवलं.

तॅलाहासी येथील फ्लॉरिडा स्टेट युनिव्हर्सिटी (एफएसयू) येथील एक पदव्युत्तर विद्यार्थी आलोक क्रिशन याच्याशी केलेल्या मैत्रीच्या माध्यमातून ही सुवर्णसंधी चालून आली. आलोक त्याच्या एका मित्राला भेटायला गेन्सव्हिललला आला होता आणि अशातऱ्हेनं आमची भेट झाली. आम्ही एकमेकांना आवडलो आणि जेव्हा त्यानं मला सांगितलं की उन्हाळ्याच्या सुट्टीत ईशान्य अमेरिकेला (नॉर्थईस्ट) जाण्यासाठी तो एका साथीदाराच्या शोधात होता तेव्हा मी या संधीवर लगेच उडी मारली. स्वाभाविकपणं दोघांना सोयिस्कर होणारं वेळापत्रक आम्हाला निश्चित करणं आवश्यक होतं.

आलोकची सिमका नावाची अतिशय छोटी गाडी होती. त्यात जेमतेम चार लोक बसू शकायचे आणि मला वाटतं त्या काळी अमेरिकेत उपलब्ध असलेल्या गाड्यांमधली ती सगळ्यात लहान गाड्यांपैकी एक होती. त्यांं ती जुनी वापरलेली गाडी १०० डॉलरला खरेदी केली होती, पण त्यांं मला आश्वासन दिलं की ती चांगली चालत होती आणि आमच्या लांबच्या प्रवासात काही अडचण येणार नाही. प्रवासखर्च वाटून घेण्यासाठी आम्ही चार लोकांनी मिळून जायचं ठरवलं. म्हणून आलोकनं एफएसयूमधल्या ज्याला त्याच्या भावाच्या लग्नासाठी डेट्रॉइटला जायचं होतं अशा चिनी विद्यार्थ्याला गाठलं, तर मी अमेरिकेत प्रवास करायची इच्छा असणाऱ्या युएफ् मधल्या एका भारतीय विद्यार्थ्याला शोधून काढलं. आमच्या चौघांपैकी फक्त मला गाडी चालवता येत नसल्यामुळं माझं काम मार्ग दाखवण्याचं आणि गाणी म्हणून आणि विनोद सांगून इतरांचं मनोरंजन करण्याचं होतं. हॉटेलचा खर्च टाळण्यासाठी ज्या शहरात आणि ठिकाणी आम्ही मित्र किंवा नातेवाईकांकडं राहू शकत होतो अशाच ठिकाणांना भेट देण्याचा आम्ही बेत केला होता. अमेरिकेला माझ्याआधी एक वर्ष आलेल्या आलोकचे निरनिराळ्या शहरांमध्ये बरेच मित्र आणि नातेवाईक होते, त्यामुळे त्यांपैकी शक्य असेल तितक्यांकडे रहाण्याचा कार्यक्रम आम्ही बनवला. आम्ही साधारणपणे २० दिवसांची सहल योजली होती, पण एखादं ठिकाण आवडलं तर तिथं जास्त दिवस रहाता यावं

म्हणून बदलता येण्यासाठी प्रवासाचा कार्यक्रम लवचिक ठेवला होता.

चिनी विद्यार्थ्याला सोडायला आम्ही सरळ डेट्रॉइटला गेलो. त्याला सोडून आम्ही न्यूयॉर्क राज्यातील कॉर्नेल, न्यू जर्सीमधली प्रिन्स्टन, बफेलोमधली स्टेट युनिव्हर्सिटी ऑफ न्यूयॉर्क, क्लीव्हलन्डमधली केस वेस्टर्न युनिव्हर्सिटी, कॅनडातील युनिव्हर्सिटी ऑफ टोरँटो, ईस्ट लान्सिंगमधली मिशिगन स्टेट युनिव्हर्सिटी(एमएसयू), अ‍ॅन आर्बरमधली युनिव्हर्सिटी ऑफ मिशिगन(यूएम्) आणि युनिव्हर्सिटी ऑफ पिट्सबर्ग अशा प्रमुख विद्यापीठांना भेट द्यायला गेलो. मला कॉर्नेल, यूएम् आणि प्रिन्स्टनमध्ये रस असल्यामुळं मी तिथल्या विद्यार्थ्यांबरोबर सूर्यऊर्जा आणि औष्णिक विज्ञान (थर्मल सायन्स) या विषयातल्या प्रसिद्ध प्राध्यापकांबद्दल चर्चा करण्यात काही वेळ घालवला. मला नेहमी असं वाटत आलं आहे की एखाद्या प्राध्यापकाची सर्वांत उत्तम पारख त्याचे विद्यार्थीच करू शकतात कारण ते त्याच्या शक्तिस्थानांबद्दल तसंच त्याच्यातील न्यूनांबद्दल सांगू शकतात.

बहुसंख्य बाबींमध्ये मला असं आढळून आलं की आम्ही भेट दिलेल्या विद्यापीठांतील प्राध्यापक अतिशय प्रसिद्ध असल्यामुळं व्याख्यानं देण्यासाठी बहुतेक वेळा प्रवास करीत असत आणि विद्यार्थ्यांना त्यांच्याबरोबर संवाद साधण्याची संधी क्वचितच मिळत असे. विद्यार्थ्यांची जास्त करून एकमेकांशीच देवाणघेवाण होत असे आणि चांगली विद्यापीठं असल्यामुळं एकमेकांना मदत करू शकणारे अनेक हुशार विद्यार्थी तिथे असत. शिवाय कॉर्नेल, यूएम् सारख्या मोठ्या विद्यापीठांत पी.एच्.डी. मिळवणं हे एखाद्या कारखान्याच्या जुळवणीपंक्ती (असेंब्ली लाईन) मधून जाण्यासारखं होतं. तीन-चार वर्षांच्या संशोधन काळात ३-४ पेपर छापायचे आणि पी.एच.डी.सह तुम्ही विद्यापीठातून बाहेर. शिवाय विद्यार्थी कशा प्रकारच्या प्रकल्पांवर काम करतील ते बऱ्याच अंशी प्राध्यापक-निर्देशित असे आणि संकुचित विषय-केंद्रितही.

दुसरीकडे आतापर्यंत (यूएफ् मध्ये माझा सहा महिन्यांपेक्षा अधिक काळ गेला होता) माझ्या लक्षात आलं होतं की फार्बर जर गावाला गेले नसतील तर मला त्यांना दिवसातून कमीत कमी एक वेळ तरी भेटता येत होतं, मला ज्या विषयात रुची होती त्याचा पाठपुरावा करण्याचं मला पूर्ण स्वातंत्र्य होतं आणि इतर शाखांमधल्या मला हवं असेल त्या प्राध्यापकांशी मी चर्चा करू शकत होतो. मी अतिशय स्वतंत्र मनाचा, भिन्न आवडी असलेला विद्यार्थी असल्यामुळं माझी पी.एच्.डी. यूएफ् मध्येच चालू ठेवून उपलब्ध

संधीचा उपयोग करत जेवढं शिकता येईल तेवढं शिकणं हाच सगळ्यात उत्तम मार्ग आहे याची मला जाणीव झाली. या निर्णयाचा मला कधीही पश्चात्ताप झाला नाही कारण फाबर्र यांच्या हाताखाली मला प्रचंड शिकायला मिळालं आणि युएफ् मध्ये मला एक छानशी बायकोही मिळाली.

तरीसुद्धा निरनिराळ्या विद्यापीठांच्या वारीदरम्यान मला एमएसयू, युएम्, प्रिन्स्टन, कॉर्नेल आणि युनिव्हर्सिटी ऑफ टोरँटो अशा विद्यापीठांचे सुंदर परिसर पहायची संधी मिळाली. मी पिट्सबर्ग, क्लीव्हलंड (ओहायो) आणि बफेलो अशी कुरूप शहरंही पाहिली. हा उन्हाळा होता तरी न्यूयॉर्क राज्यामधल्या कॉर्नेल विद्यापीठ असणाऱ्या इथाकामध्ये अजूनही बरीच थंडी होती. मला एकदम कळलं की शिक्षणाशिवाय बाहेरचं छान हवामान हेही आनंददायक विद्यापीठ जीवनासाठी आवश्यक आहे. तेव्हा या अनुभवानं माझे डोळे उघडले आणि माझ्या युएफ् मधल्या शिक्षणाबद्दल माझ्या मनात परत कधीच शंका निर्माण झाली नाही.

या प्रवासात अमेरिकन मित्र आणि त्यांचे कुटुंबीय यांच्याबरोबर राहून मला त्यांच्या जीवनाची झलक पहाता आली. मला असं दिसून आलं की ज्या अमेरिकन कुटुंबांबरोबर आम्ही राहिलो होतो ती अतिशय आदरातिथ्यशील, सज्जन आणि दयाळू होती. १९७०च्या दशकात अमेरिका हे एक पारदर्शकता, उदारमतवादी दृष्टिकोन आणि प्रचंड मोकळीक असणारं छान ठिकाण होतं. दुर्दैवानं नंतर १९७९ चा इराणचा पेचप्रसंग, ९/११ इ. दुर्दैवी घटनांच्या मालिकेनंतर अमेरिकन समाज बराच सनातनी बनला.

मी डिअरबॉर्न, मिशिगनमध्ये एका अमेरिकन कुटुंबाबरोबर राहिलो. माझ्या रीड कोऑपमधल्या एका मित्राचे ते आईवडील होते. त्याचे वडील जनरल मोटर्स (जी-एम) मध्ये वरिष्ठ व्यवस्थापक असल्यामुळं डिअरबॉर्न जवळचा जीएम च्या इंजिनांचा कारखाना पहाण्याचीही ही एक चांगली संधी होती. या कारखान्याला भेट देणं हा एक मोठा शैक्षणिक अनुभव होता कारण अमेरिकेच्या औद्योगिक सामर्थ्याचं तिथं मला प्रत्यक्ष दर्शन झालं. त्यांच्या घरी एक दिवस रात्रीच्या जेवणाच्या वेळी चर्चा कशी माहीत नाही पण मुलांचं पालकांच्या प्रती कर्तव्य या विषयाकडं वळली. मी त्यांना सांगितलं की भारतीय संस्कृतीत वृद्ध मातापित्यांची काळजी घेण्याची जबाबदारी त्यांच्या मुलांची असते. ते ऐकून हा धडा त्यांनं माझ्याकडून शिकावा अशी माझ्या मित्राची कानउघाडणी त्याच्या वडिलांनी केली.

जवळपास सर्व देशांमधली कुटुंबं तसं पहायला गेलं तर भली असतात असं मी नेहमी मानत आलो आहे. सरकारंच द्वेषाचं बी पेरतात, म्हणून मी युएफ्यू मधल्या परदेशी विद्यार्थ्यांचा कारभार पाहणाऱ्या प्रशासकांना सांगत असे की परदेशी विद्यार्थ्यांना विद्यापीठाचं शिक्षण देण्याच्या जोडीला एखाद्या अमेरिकन कुटुंबात काही काळ घालवता येईल अशी सोय केली पाहिजे.

उन्हाळ्यातली ईशान्येकडची सहल पूर्णपणं आनंददायक तर होतीच पण अनेक रोचक घटनांनी भरलेली होती.

आम्ही डेट्रॉइटच्या वाटेवर जॉर्जिया राज्यातून जात असताना आमच्या गाडीतलं पेट्रोल संपलं. जवळजवळ मध्यरात्र झाली होती आणि आम्ही जॉर्जियामधल्या मेकन नावाच्या छोट्या गावात आलो होतो. या छोट्या गावात पेट्रोल स्टेशन शोधायला गोल गोल हिंडत असताना त्याच्या गाडीचे दिवे चमकावत एक पोलिस आला. जेव्हा त्याला आम्ही आमची अडचण सांगितली तेव्हा त्यांं मदत करण्यासाठी आम्हाला पेट्रोल स्टेशनला नेलं. तिथं तो आणि त्याचे सहकारी आमच्याबरोबर गप्पा मारताना आम्ही कुठून आलोय म्हणून विचारायला लागले. तेव्हा आम्ही त्याला आम्ही भारतातून आलोय म्हणून सांगितलं. तो उद्गारला, "या छोट्या गाडीत तुम्ही इतक्या लांबून आलात?"

आम्ही विद्यार्थी असल्यामुळं न थांबता रात्रभर प्रवास करण्याचा प्रयत्न करीत होतो. हे अंशत: हॉटेलचा खर्च वाचवण्यासाठी तर अंशत: त्या चिनी विद्यार्थ्याला डेट्रॉइटला लवकरात लवकर पोचवण्यासाठी होतं. प्रवासातले माझे तिन्ही सहकारी आळीपाळीनं गाडी चालवत होते आणि मी वाट दाखवणारा असल्यामुळं मला जागं रहाणं आवश्यक होतं. आम्ही अटलांटाला पोचणारच होतो तेव्हा पहाटेचे जवळजवळ तीन वाजले होते. मी डुलकी घेतली असावी कारण कोणीतरी रागानं जोरात हॉर्न वाजवल्याच्या मोठ्या आवाजानं मला एकदम जाग आली.

गाडीचा चालकही गाडी चालवताना झोपला होता आणि वेगानं चालणारी गाडी महामार्गावर धोकादायकपणं एकदम वळली होती. आमच्या मागच्या गाडीचा चालक या कारणामुळं हॉर्न वाजवत होता. मी उठून चालकाला चापट मारली आणि त्याला गाडी किनाऱ्याला नेऊन लावायला सांगितलं. मला वाटतं या रात्री आम्ही मृत्यूच्या

सगळ्यात जवळ आलो होतो. केवळ आमचं नशीब बलवत्तर असल्यामुळं आम्ही वाचलो. मी मग सगळ्यांना जवळच्या हॉटेलात जाऊन झोपायला भाग पाडलं आणि सकाळी आम्ही पुढच्या प्रवासाला निघालो.

याचप्रमाणं कॅनडामध्ये आम्ही टोरँटोजवळ येत असताना एक विद्यापीठातल्या मुलींनी भरलेली गाडी आमच्या गाडीजवळून पुढे गेली. आमच्याप्रमाणेच त्या मुली बहुतेक उन्हाळ्याच्या सुट्टीत प्रवास करत होत्या. आलोक गाडी चालवत होता आणि त्याला त्यांच्याशी शर्यत लावायची होती. त्या मुली एका नव्या कोऱ्या गाडीत होत्या आणि आमची जुनी सिमका काही त्या तोडीची नव्हती. काही का असेना आलोकनं ५-१० मिनिटंच त्यांच्याशी शर्यत लावली असेल की आमच्या गाडीतून एक मोठा आवाज येऊन ती बिघडली. ऑक्सलरेटरची तार तुटली होती आणि आलोकनं गाडीखाली जाऊन ती दुरुस्त केली. त्यानं आधी बऱ्याच वेळा असं केलेलं दिसत होतं. यानंतर त्यानं गाडी अतिशय चांगल्या तऱ्हेनं चालवली पण आमच्या प्रवासाच्या शेवटाला नॉर्थ कॅरोलायनाजवळ ती पूर्णपणं बंद पडली. एका वापरलेल्या गाड्या दुरुस्त करणाऱ्या ठिकाणी आलोकला ती विकायची होती, पण त्या ठिकाणचा मालक म्हणाला की ती गाडी निव्वळ भंगार असल्यामुळं ती द्यायला आम्हालाच १०० डॉलरचं शुल्क भरावं लागेल. शेवटी बरीच घासाघीस करून आम्ही ती गाडी तिथंच टाकून दिली आणि ग्रेहाउंड बस घेऊन घरी परत आलो.

आम्ही गेन्स्व्हिलहून टोरँटोला जाताना आणि तिथून परत येताना नायगारा फॉल्स, न्यूयॉर्कमधली थाउजंड आयलंडूस अशा ठिकाणी अमेरिकन भूप्रदेशाचं नैसर्गिक सौंदर्य आणि छान ग्रामीण भागही पाहिला. आम्ही वॉशिंग्टन डी.सी.मध्येही एक आठवडा घालवून स्मित्थ्सोनियन इन्स्टिट्यूट, व्हाइट हाऊस, लायब्ररी ऑफ काँग्रेस इ. ना भेट दिली. वॉशिंग्टनमध्ये आम्ही जिम आणि एस्टेलीन बारदा यांच्या झकास कुटुंबाबरोबर राहिलो आणि आजही त्यांच्याशी आमची चांगली मैत्री आहे.

लायब्ररी ऑफ काँग्रेस(एलओसी)चा अवाढव्य आकार पाहून मला फारच आश्चर्य वाटलं. त्याकाळी युएफ् मधली ग्रंथालयं फारशी छान नव्हती आणि एलओसीला भेट दिल्यावर मला खजिनाच बघितल्यासारखं वाटलं. तिथं वाचायला इतकं काही होतं की एलओसीमधून माझा पायच निघेना. तसंच स्मित्सोनियन इन्स्टिट्यूटही अफलातून होती. एखाद्या जागतिक दर्जाच्या वस्तुसंग्रहालयाला ही माझी पहिली भेट होती आणि

तिथे असलेला सर्व जगातल्या अमूल्य वस्तूंचा ठेवा बघून मी खरोखरच चकित झालो.

या उत्तम गोष्टींशिवाय आम्ही अमेरिकन शहरं आणि तिथल्या राहणीची विद्रुप बाजूही पाहिली. माझ्या काही आयआयटीकेच्या मित्रांना युएम् मध्ये भेटायला आम्ही ॲन आर्बरला भेट दिलेली असताना संध्याकाळी चांगलं चिनी जेवण खाण्यासाठी आम्ही डेट्रॉइटला जाण्याचं ठरवलं. १९७५ साली गेन्सव्हिलप्रमाणेच ॲन आर्बरमध्येही चांगलं चिनी उपाहारगृह नव्हतं आणि म्हणून आम्ही डेट्रॉइटला जाण्याचं ठरवलं. माझ्या युएम् मधल्या मित्राला एखाद्या चांगल्या चिनी उपहारगृहाचा पत्ता माहीत नसल्यामुळं आम्ही शहराच्या डाउनटाउनमधल्या एखाद्या हॉटेलात जाऊन टेलिफोन डिरेक्टरीच्या यलो पेजेसमध्ये तो शोधायचं ठरवलं. संध्याकाळी साडेसहाच्या सुमाराला आम्ही डाउनटाउन डेट्रॉइटमधल्या हॉलिडे इन या हॉटेलात आलो आणि प्रतीक्षालयात जाऊन यलो पेजेसमध्ये उपाहारगृह शोधायला लागलो. दरम्यान आलोक शौचालयात गेला. पाच मिनिटात तो पांढऱ्याफटक चेहऱ्यानं परत आला. त्याच्या चेहऱ्यावरचे भाव बघून त्याला मी लगेच काय झालं म्हणून विचारलं. तो म्हणाला एका कृष्णवर्णीय माणसानं शौचालयात त्याच्यावर बलात्कार करण्याचा प्रयत्न केला. आम्ही ताबडतोब ते हॉटेल सोडून ॲन आर्बरच्या दिशेनं प्रयाण केलं आणि जवळच्याच एका मॅक्डॉनल्ड उपाहारगृहात आमचं रात्रीचं जेवण केलं.

१९७०च्या दशकात अमेरिकेतल्या प्रमुख शहरांतल्या डाउनटाउन विभागांची परिस्थिती खूपच वाईट होती. त्यांमध्ये भरपूर गुन्हेगारी असे व वेश्याव्यवसायही चालत असे. याउलट टोरँटोचं डाउनटाउन सुंदर, स्वच्छ आणि अगदी रात्री उशिराही फेरफटका मारायला आनंददायक होतं. १९७५ मध्ये अमेरिकन आणि कनेडियन शहरांमधला फरक आश्चर्यकारक होता. आम्ही पिट्सबर्ग, बफेलो आणि क्लीव्हलंड सारख्या शहरांची ढासळलेली परिस्थितीही पाहिली. अमेरिकेचा फ्लॉरिडासारखा दक्षिण भाग काय कारण असेल ते असो पण ईशान्य अमेरिकेपेक्षा कितीतरी जास्त स्वच्छ वाटत होता. तरीसुद्धा १९८०च्या दशकाच्या उत्तरार्धात आणि १९९०च्या दशकात अमेरिकेतल्या प्रमुख शहरांमधल्या डाउनटाउन विभागांचं नाट्यमय पुनरुज्जीवन करण्यात आलं.

अमेरिकेच्या शोधासाठी प्रवास

माझा अमेरिकेतला बहुतेक प्रवास कामाशी संबंधित होता. परंतु जेव्हा शक्य असेल तेव्हा मी वेळात वेळ काढून हा महान देश पहायला सहल काढत असे. एका उन्हाळ्याच्या सुट्टीत मी आणि नंदिनीनं नैऋत्येकडच्या प्रांतांकडे आणि नंतर कॅलिफोर्नियाला प्रवास करायचं ठरवलं. आमचा उद्देश होता वेगवेगळ्या विद्यापीठांत आणि संस्थांमध्ये चालू असलेलं सूर्यऊर्जेवरचं काम पहाणं आणि शिवाय ग्रॅंड कॅनियन, कार्ल्सबादच्या गुहा अशा स्थळांना भेट देणं तसंच सॅन फ्रॅन्सिस्को, लॉस अँजेलिससारखी शहरं पहाणं.

माझी पात्रता परीक्षा नुकतीच झाली होती आणि पी.एच.डी.साठी मी ज्या विषयावर काम करणार होतो तोही जवळजवळ निश्चित झाला होता. तरीसुद्धा मी विचार केला की प्रमुख प्रयोगशाळा आणि विद्यापीठं ही सूर्यऊर्जेवर काय काम करताहेत ते पाहून कदाचित त्यांच्या कामातून काही तरी प्रेरणा घेता आली तर फारच छान होईल. १९७६ ते १९८० या अध्यक्ष कार्टर यांच्या कालखंडात अमेरिकेत ऊर्जा संशोधन आणि विकासाचे अनेक उपक्रम चालू होते. त्यांनी राष्ट्रीय ऊर्जा सुरक्षा निर्माण करण्याला युद्धाच्या नैतिक बरोबरीचं मानलं होतं. तेव्हा फक्त विद्यापीठांमध्येच नाही तर सँडिया सारख्या न्यू मेक्सिकोमधल्या अॅल्ब्युकर्कीस्थित राष्ट्रीय संरक्षण प्रयोगशाळेतही सूर्य ऊर्जेवर काम सुरू झालं होतं.

त्याकाळी ग्रेहाउंड बस कंपनीचा 'अमेरिपास' घेतला तर १०० डॉलरमध्ये एक महिन्यासाठी अमेरिकेत कुठंही अमर्याद प्रवास करण्याची मुभा होती. तेव्हा आम्हाला वाटलं की अमेरिका पहायला हा उत्तम मार्ग आहे. आम्हाला ज्याज्या ठिकाणी भेट

द्यायची होती त्यापैकी बहुतेक ठिकाणी आमची काही मित्रमंडळी नसल्यामुळं आम्ही हॉटेलच्या खर्चातही बचत करायचं ठरवलं. तेव्हा आम्ही जास्त करून रात्री प्रवास करून दिवसा प्रयोगशाळांना भेट देत असू. नंतर १९७८ साली असाच ग्रेहाउंडचा पास मी माझे आई-वडील आम्हाला भेटायला आले होते तेव्हा त्यांना दिला. यामुळं त्यांना अमेरिकेत सगळीकडं प्रवास करून मजा लुटता आली.

आमचा पहिला थांबा होता सँडिया लॅब पहायला न्यू मेक्सिकोमधलं अॅल्ब्युकर्की हे शहर. न्यू ऑरलिन्सच्या बस थांब्यावर एक मजेदार घटना घडली. आमची गेन्सव्हिलहून निघालेली बस तिथं पहाटे चारच्या सुमाराला पोचली. तिथं बस अर्धा तास थांबणार असल्यामुळं आम्ही अर्धवट झोपेत पेंगत खाली उतरायला लागलो. बसच्या बाहेर पडण्याच्या दाराशी एका इमिग्रेशन अधिकाऱ्यांं मला थांबवलं, आपला बिल्ला दाखवला आणि माझं पारपत्र मागितलं. मी अर्धवट झोपेत होतो, पण या अचानक घडलेल्या घटनेनं मला अपमान झाल्यासारखं वाटलं, म्हणून मी त्याला त्याचा बिल्ला नीट दाखवायला सांगितलं. तो जरा चकित झाला पण त्यानं मला बिल्ला दाखवून त्याला हात न लावण्याबद्दल बजावलं. तो खरा इमिग्रेशन अधिकारी असल्याची खात्री पटल्यावर मी म्हटलं, "तुम्हाला माझं पारपत्र कशासाठी हवं आहे? मी ते नेहमी स्वत:जवळ ठेवत नाही. त्यानं उत्तर दिलं, "साहेब, तुम्ही ते नेहमी तुमच्याकडं ठेवलं पाहिजे कारण आम्ही बेकायदेशीरपणं आलेल्या मेक्सिकन स्थलांतरितांना शोधतो आहोत". मी युएफ् चं फोटो असलेलं ओळखपत्र दाखवल्यावर तो निघून गेला. ९/११ च्या घटनेनंतरच्या परिस्थितीत अशातऱ्हेचा संवाद घडण्याची कल्पना करणंही अशक्य आहे. इमिग्रेशन अधिकाऱ्याला अशातऱ्हेनं सवाल करून मी चांगलाच गोत्यात आलो असतो!

सँडिया लॅब ही सूर्यऊर्जेवरील संशोधनात त्यावेळी अग्रेसर होती. १९७५ साली त्यांनी सूर्यऊर्जेपासून पाच मेगावॉट वीजनिर्मितीचा जगातला पहिला प्रकल्प उभारला होता. या संकल्पनेला सौर शक्ती मनोरा असं नाव देण्यात आलं होतं आणि त्यामध्ये जमिनीवरच्या शेकडो आरशांनी परावर्तित केलेला सूर्यप्रकाश मनोऱ्याच्या वर जात असे. तिथं हे प्रकाशकिरण केंद्रित होऊन बहुतेक वेळा असेंद्रिय क्षारासारख्या पदार्थाला गरम करीत असत. हा पदार्थ पाण्याला गरम करून त्यापासून वाफेची आणि पर्यायानं विजेची निर्मिती करीत असे. हे सर्व आरसे ज्या तऱ्हेनं मनोऱ्याच्या टोकावर सूर्यकिरण केंद्रित

करत ते दृश्य प्रभावशाली आणि ऊर्जासंकट निवारण्यासाठी अवकाश युगातल्या तोडग्याची जणू काही नांदी म्हणावं असं होतं.

सँडिया लॅबच्या सूर्यऊर्जा गटाचे प्रमुख एक डॉ. स्ट्रॉमबर्ग होते. त्यांच्याशी पत्रव्यवहार आणि दूरध्वनी संभाषणातून माझी चांगली ओळख झाली होती. मी सूर्यऊर्जेच्या प्रांतातले प्रख्यात तज्ज्ञ डॉ. फार्बर यांच्याबरोबर काम करत असल्यामुळं सँडियाला भेट देण्यासाठी त्यांनी माझं आनंदानं स्वागतच केलं. शिवाय त्या काळात बहुतेक प्रयोगशाळा आणि विद्यापीठांना भेट देणाऱ्या विद्यार्थ्यांचं आगतस्वागत करून त्यांना संशोधनाच्या कामात मोठी मदत केली जात असे. नंतर सुरक्षिततेच्या कारणावरून अशा भेटींवर निर्बंध घालण्यात आले.

मला अजून आठवतंय की जेव्हा मी माझ्या कॅलिफोर्निया भेटीवरून परत आलो तेव्हा फार्बर मला मस्करीनं म्हटले की माझे विद्यार्थी कुठे जाणार आहेत ते मला आगाऊ समजलं पाहिजे. ते पुढं म्हणाले, मला वॉशिंग्टनहून "हा तुमचा भारतीय विद्यार्थी कोण आहे? तो अतिरेकी आहे का खरा अभ्यासक आहे?" असं विचारणारे फोन कॉल आले. सँडिया लॅबला जाणाऱ्या कोणाचीही पार्श्वभूमी तपासली जाणं आवश्यक होतं याची मला जाणीव नव्हती. नंतर मला असं आढळून आलं की या प्रयोगशाळेत आण्विक शस्त्रं बनवली जात असल्यामुळं सर्व भेट देणाऱ्यांना अशा तऱ्हेच्या तपासणीला सामोरं जावं लागत असे. तेव्हा मी माझ्या प्रवासासाठी गेल्यानंतर माझ्या युएफ् मधल्या विभागातून माझ्या पार्श्वभूमीबद्दलची अशी माहिती पुरवली गेली होती. ते दिवस सरळमार्गी असल्यामुळं तपासणी करायला काही फोन कॉल्स पुरेसे होत असत.

यानंतर काही वर्षांनीच १९८० साली मी जेव्हा आमच्या प्रयोगशाळेतल्या पर्यायी ऊर्जा स्रोतांविषयीच्या अभ्यासक्रमातल्या चाळीसएक सहभागी व्यक्तींना घेऊन सँडिया लॅबला गेलो तेव्हा मात्र प्रत्येकाचा सविस्तर बायोडाटा वॉशिंग्टन डी.सी. मधल्या स्टेट डिपार्टमेंटला दिल्यावरच आम्हाला भेट देण्याची परवानगी मिळाली. परवानगी मिळाल्यावरही लॅबला गेल्यावर काय घडेल याची खात्री नव्हती.

उदाहरणार्थ, आम्ही सौर मनोरा (सोलर टॉवर) असलेल्या ठिकाणी निघालो असता एक आण्विक शस्त्रे साठवणीसाठी घेऊन जाणाऱ्या मालमोटारींचा काफिला उत्पादनाच्या कारखान्यातून अल्ब्युकर्की पर्वतराजीतल्या कोठाराकडं निघाला असल्यामुळं आमची

बस थांबवण्यात आली. कशी कोण जाणे पण बस भरून परदेशी लोक आणिवक शस्त्रांच्या वाहतुकीचे साक्षीदार होते ही बातमी वॉशिंग्टनला पोचली. ताबडतोब ऑल्ब्युकर्कीला जाणाऱ्या आमच्या भविष्यकाळातल्या सहली थांबवण्यात आल्या. इराण पेचप्रसंगानंतर १९८० साली अशा बहुतेक सगळ्या प्रयोगशाळांची सुरक्षितता वाढवण्यात आली होती. आजच्या काळात तर एखाद्या परदेशी व्यक्तीला अशा प्रयोगशाळांमध्ये प्रवेश मिळायला भरपूर लिखापढी करावी लागते.

इतर काहीही असो, पण डॉ. स्ट्रॉमबर्गनी माझं आणि नंदिनीचं त्यांच्या प्रयोगशाळेत स्वागतच केलं, आणि विद्युत मोटारगाडीत बसवून आम्हाला सौर मनोऱ्याची सैर करवली! ही बहुतेक अमेरिकेतल्या पहिल्या विद्युत मोटारगाड्यांपैकी एक होती. ते अतिशय प्राथमिक स्वरुपाचं वाहन होतं आणि त्याचं इलेक्ट्रॉनिक्स काही खास नव्हतं पण ते व्यावहारिकदृष्ट्या अतिशय उपयुक्त वाहन होतं आणि ताशी ४०-५० मैल वेगानं जात असे. एकदा ते सौर मनोऱ्याच्या ठिकाणी पोचलं की बॅटरी विद्युतभारित करण्यासाठी सौर चार्जरला लावून ठेवली जात असे. सौर अर्थव्यवस्थेचं प्रदर्शन करण्यासाठी ही चांगली संकल्पना होती असं मला वाटलं.

सौर मनोरा अतिशय शानदार होता आणि एखाद्या संशोधन प्रयोगशाळेप्रमाणं असल्यानं तिथं सौर-औष्णिक मार्गानं वीजनिर्मिती करण्याच्या प्रक्रियेच्या विविध पैलूंवर संशोधन करणारे डझनावारी पी.एच्.डी. आणि पोस्टडॉक्टरल विद्यार्थी होते.

ऑल्ब्युकर्कीहून आमचा पुढचा थांबा असलेल्या टूसॉनला जाताना एक सुखद आश्चर्य आमच्या वाट्याला आलं. बस स्टँडवर बरीच धांदल असल्यामुळं आम्हाला पहिली बस काही पकडता आली नाही. ताबडतोब ग्रेहाउंड बस कंपनीनं फक्त आम्हा दोघांसाठी एक बस सोडली. एखादी बस सेवा इतकी कार्यक्षम असू शकते यावर आमचा विश्वासच बसला नसता. तेव्हा ऑल्ब्युकर्कीहून टूसॉनला जाताना बसमध्ये फक्त आम्ही दोघंच प्रवासी होतो. त्याकाळी ग्रेहाउंड बस सेवा ही अतिशय कार्यक्षम आणि तत्पर होती आणि त्या बसमधून प्रवास करणं आनंददायी होतं. दुर्दैवानं ही सेवा आता बरीच खराब झाली असून आज तिची कहाणी खूपच वेगळी आहे.

सँडियाच्या केंद्राखेरीज या सहलीत मी निरनिराळ्या ठिकाणी सौरऊर्जेवर चालू असलेलं काम पाहिलं. यामध्ये युनिव्हर्सिटी ऑफ ह्यूस्टन (सौर केंद्रकाचं काम), टेंपे येथील

ऑरिझोना स्टेट युनिव्हर्सिटी (डॉ. जॉन येलट यांचं सौर शीतलीकरणावरचं काम), लॉस अँजेलिस येथील युनिव्हर्सिटी ऑफ कॅलिफोर्निया (युसीएलए) (डॉ. एडवर्ड्स् यांच्या प्रयोगशाळेत उच्च कार्यक्षमतेच्या सौर संग्राहकाचं काम), बर्कले येथील युनिव्हर्सिटी ऑफ कॅलिफोर्निया (सी वॉटर कन्व्हर्शन लॅबमधील विक्षारणावरचं आद्यप्रवर्तक काम), फोर्ट कॉलिन्स येथील कोलोरॅडो स्टेट युनिव्हर्सिटी (सौर ऊर्जेच्या वापराचे एक आद्यसंशोधक डॉ. जॉर्ज लॉफ), टूसॉन येथील युनिव्हर्सिटी ऑफ ऑरिझोना (१९९०च्या दशकातल्या जगप्रसिद्ध बायोस्फिअर (जीवावरण) प्रकल्पाची पूर्ववर्ती असलेली सौर हरितगृह प्रयोगशाळा) यांचा समावेश होता.

या प्रयोगशाळांना भेट देणं हा ज्ञानसंपादनाचा मोठा अनुभव होता, आणि त्यामुळं अमेरिकेत सौर ऊर्जेच्या औष्णिक विनियोगाविषयी चाललेल्या सगळ्यात महत्त्वाच्या कामाबद्दल मला अद्ययावत माहिती मिळाली. या बहुतेक सगळ्या ठिकाणी माझा उल्लेख डॉ. राजवंशी असा करण्यात आला आणि काही प्राध्यापकांना पात्रता परीक्षा नुकताच उत्तीर्ण झालेला एक पदव्युत्तर विद्यार्थी स्वतःहून असा प्रवास करतो याचं आश्चर्य वाटलं. किंबहुना त्या काळात एका परदेशी विद्यार्थ्यानं देशभरात प्रवास करून प्रयोगशाळांना भेटी देणं हे दुर्मिळच होतं.

या उन्हाळी भेटींनंतर मी माझ्या सहलीवर आमच्या विभागात एक तासाभराचं व्याख्यान दिलं. ते एखाद्या विद्यार्थ्याच्या सहलीवर आधारलेलं पहिलंच असं भाषण होतं आणि नंतर फार्बरनी सुचवलं की इतर विद्यार्थीही प्रयोगशाळांना भेटी देऊन परत आल्यावर त्यांनी व्याख्यानं द्यावीत. माझ्या भाषणानंतर आमच्या डिपार्टमेंटच्या सेक्रेटरीनं मला सांगितलं की मेकॅनिकल इंजिनिअरिंग विभाग प्रवासासाठी आणि रहाण्यासाठी केलेल्या या खर्चाची भरपाई करेल. त्याकाळी प्रवास अतिशय स्वस्त होता आणि मी बहुतेक वेळा माझ्या मित्रांकडे रहात असल्यामुळं अशा सहलींसाठी आमच्या डिपार्टमेंटकडून मी नंतरही कधी पैसे घेतले नाहीत. शिवाय मला प्रवास करायला आणि लोकांना भेटायला आवडत असे. काही का असेना मला भेटलेल्या बहुतेक सगळ्या संशोधकांशी आणि शिक्षकांशी, विशेषत: डॉ. जॉर्ज लॉफ आणि डॉ. येलट यांच्याशी माझी चांगली मैत्री झाली. शिवाय टेंपेमध्ये अनपेक्षितपणं मला काही नवे मित्रही मिळाले.

आम्हाला ग्रेहाऊंड बसनं ऑरिझोनामधल्या टेंपे इथे सकाळी एका इतर चार बसस्थानकांसारख्या दिसणाऱ्या स्थानकावर आणून सोडलं. त्याकाळी ऑरिझोना स्टेट

युनिव्हर्सिटी(एएसयू)चं अधिष्ठान असलेलं टेंपे हे एक लहानसं विद्यापीठ गाव होतं. बसमधून उतरून स्थानकाजवळच्या रस्त्यावरून चालताना डॉ. येलटना भेटून त्यांची प्रयोगशाळा पहाण्यासाठी एएसयूला कसं जायचं आणि बस घ्यावी की टॅक्सी करावी याचा आम्ही उहापोह करत होतो. आमची रहाण्याची काही सोय नव्हती पण आम्ही विचार केला की एकदा एएसयूच्या परिसरात पोचलो की काही तरी मिळेल. त्याकाळी इतर विद्यापीठांमधून उन्हाळ्याच्या सुट्टीत भेट द्यायला येणाऱ्या विद्यार्थ्यांना बरीचशी अमेरिकन विद्यापीठं त्यांच्या वसतिगृहांमध्ये फुकट राहू देत असत. त्यादिवशी नंदिनीनं साडी घातली होती आणि टूसॉनहून टेंपेला येण्यासाठी बसमधून प्रवास करण्यात रात्र घालवली असल्यामुळं आम्ही दोघंही बरेच अजागळ दिसत होतो.

अचानक रस्त्याच्या कोपऱ्यावर एक मोटारगाडी थांबली आणि एका भारतीय वंशाच्या गृहस्थानं तो आम्हाला कुठं नेऊ शकतो का म्हणून विचारलं. तो एएसयूमध्ये विद्यार्थी असणारा निमिष पटेल होता. तो आणि त्याची पत्नी पारुल झवेरी दोघंही वास्तुविद्याविशारद (आर्किटेक्ट) होते आणि एएसयूमध्ये प्रशिक्षणार्थी म्हणून एक वर्ष घालवणार होते.

या चालून आलेल्या संधीमुळं आम्हाला खूप आनंद झाला आणि त्यांच्या छोट्या सदनिकेत आम्ही दोन दिवस मजेत राहिलो. त्याकाळी एएसयूमध्ये फारसे भारतीय विद्यार्थी नव्हते आणि त्यामुळं आम्हाला भेटून निमिषलासुद्धा आनंद झाला. आज पटेल आणि झवेरी हे अहमदाबादचे प्रसिद्ध वास्तुविशारद आहेत आणि तेव्हापासून आम्ही चांगले मित्र राहिलो आहोत.

त्याकाळी निमिष पटेलची आईही त्यांच्याबरोबर रहात होती. त्यामुळं आम्हा दोघा पाहुण्यांसहित त्यांच्या लहान सदनिकेत चांगलीच गर्दी झाली. परंतु त्यांनी मनापासून आमचं आदरातिथ्य केलं. मला अजूनही त्यावेळची एक मजेदार घटना आठवते आहे. आम्ही त्याला भेटलो तेव्हा निमिष बऱ्यापैकी गुबगुबीत होता. तरी त्याची आई आमच्याकडं तक्रार करीत होती की तिची सून तिच्या मुलाला व्यवस्थितपणं खाऊ घालत नव्हती आणि त्याला पुरेसं दूध देत नव्हती. निमिषनं या बोलण्याला सौम्यपणं आक्षेप घेऊन तिला म्हटलं की दुधाऐवजी मी आईस्क्रीम खातो. त्यावर त्याची आई म्हणाली, "दूध म्हणजे दूध, आईस्क्रीम कधीच त्याची जागा घेऊ शकणार नाही". एखाद्या आईची मुलं मोठी झाली तरी तिची दुधाबद्दलची धारणा कशी बदलत नाही हे

पाहून आमचं खूप मनोरंजन झालं.

कार्ल्सबाद गुहा आणि ग्रँड कॅनियन अदभुतरम्य होते. अमेरिकेला खरोखरच निसर्गरम्य आणि सुंदर भूप्रदेशाचं आणि राष्ट्रीय उद्यानांचं वरदान लाभलं आहे. शिवाय ते अतिशय सुस्थितीत राखले असल्यामुळं पर्यटकांना भेट देऊन निसर्गसौंदर्याचा आनंद लुटता येतो. हे मी भारतात जे पाहिलं होतं त्याच्या अगदी विरुद्ध होतं. खरं तर भारतातल्या महाराष्ट्राचा समुद्रकिनारा, हिमालयाची पर्वतराजी आणि केरळातली वर्षावनं अशा ठिकाणी अतुलनीय निसर्गसौंदर्य पहायला मिळतं. तरी आपण ही ठिकाणं स्वच्छ आणि पर्यटकांना अनुकूल अशी ठेवत नाही.

ग्रँड कॅनियनमध्ये आम्हाला १०-१५ जपानी लोकांचा एक गट भेटला. त्यांना खोल दऱ्या बघून त्यांच्या सौंदर्यात चिंब भिजण्यात नव्हे तर फक्त छायाचित्रं घेण्यात रुचि होती. प्रत्येक निसर्गरम्य ठिकाणी ते शटल बसमधून उतरत, पटकन छायाचित्रं घेत आणि परत बसमध्ये चढून बसत. त्यांनी बसून निसर्गसौंदर्याचा आस्वाद घ्यावा असं मी जेव्हा त्यांना सुचवलं, तेव्हा त्यांच्या गटाचा प्रमुख म्हणाला, "आम्ही आमच्या बैठकीच्या खोलीत बसून या सर्व पारदर्शिका (स्लाईड्स) बघू आणि मग या सौंदर्याचा आनंद घेऊ. जपानी लोक हे नेहमीच मोठे छायाचित्रकार म्हणून ओळखले जातात. एकदा आमच्या सौर प्रयोगशाळेला भेट देणाऱ्या एका जपानी प्रतिनिधी मंडळाला मी गेन्सव्हिलच्या विमानतळावर सोडायला गेलेलो असताना त्या मंडळाच्या प्रमुखानं माझ्या गाडीच्या नंबर प्लेटचं सुद्धा छायाचित्र घेतलं.

नंतर अनेक वेळा अमेरिकेत मी आडवातिडवा हिंडलो आणि शक्य होईल तेवढी राष्ट्रीय उद्यानं आणि रमणीय भूप्रदेश पाहण्याचा प्रयत्न केला. अशातऱ्हेनं मी रॉकी पर्वतरांगा आणि योसेमिटी राष्ट्रीय उद्यान (जिथे आम्ही एका लॉग कॅबिनमध्ये आठवडाभर राहिलो), त्याचप्रमाणं स्मोकी पर्वतरांगांमध्येही प्रवास करून ट्रेकिंग वगैरे केलं. याव्यतिरिक्त गेन्सव्हिलच्या जवळपास एखाद्या ठिकाणी जाऊन तिथे एक-दोन दिवस मुक्काम करण्यासाठीही अनेक संधी होत्या. अमेरिका हे प्रवाशांना रमणीय नैसर्गिक भूप्रदेश पाहण्यासाठी उत्तम ठिकाण आहे आणि नेहमीचे शॉपिंग मॉल्स आणि उपहारगृहं ज्यांमध्ये आहेत अशी जवळजवळ एकसारखीच दिसणारी मोठी शहरं पाहण्यासाठी नाही असं मला नेहमी वाटत आलं आहे. असं असलं तरी खूप वेळा परदेशी विद्यार्थी नैसर्गिक सौंदर्यस्थळांना भेट देण्याऐवजी फक्त शहरांनाच भेट देणं पसंत करतात.

आमची बर्कलेची पहिली सफर बरीच संस्मरणीय ठरली. ओकलंड ग्रेहाउंड बस स्थानकावर उतरल्यावर आम्ही बर्कले विद्यापीठ क्षेत्राला जाणारी स्थानिक बस घेतली. आमची तीन दिवसांसाठी बर्कले येथील वसतिगृहात फुकट निवासाची सोय झाली होती. आम्ही बसमध्ये चढल्यावर नंदिनीनं प्रवासाचं भाडं देण्यासाठी पर्स शोधली आणि एकदम आमच्या लक्षात आलं की पर्स बस स्थानकातच राहिली होती. त्यात आमचे सगळे पैसे आणि महत्वाची कागदपत्रं होती. आमच्याकडं तीन पेट्र्या आणि उशा असं सामान असल्यामुळं बस पकडायच्या गडबडीत नंदिनीनं बस स्थानकातल्या बाकावर पर्स सोडली होती.

मी बसच्या वाहकाला बस थांबवण्याची विनंती केली पण तो म्हणाला की ती पुढच्या स्थानकावरच थांबेल. आम्ही बसमध्ये चढलो त्या ठिकाणाहून ज्या पुढच्या स्थानकावर उतरलो ते कमीत कमी अर्धा मैल दूर होतं. मी त्या दिवशी अर्धा मैल पळालो तितक्या जोरात आयुष्यात कधीच धावलो नसेन. तिथं पोचल्यावर मला दिसलं की पर्स तिथं नव्हती. एकदम दूर अंतरावर मला एक माणूस ती घेऊन जाताना दिसला. मी जर ओरडलो तर तो कदाचित पळून जाईल या भीतीनं मी एक शब्दही न बोलता त्याच्यामागं धावलो. मी त्याच्याजवळ पोचल्यावर त्याला सांगितलं की ती माझी पर्स आहे. त्यानं लगेच ती मला दिली आणि तो म्हणाला की ती मला परत मिळावी म्हणून ती तो टपाल कचेरीत घेऊन चालला होता. मी त्याचे भरभरून आभार मानले आणि नाममात्र बक्षीस म्हणून पाच डॉलर देऊ केले. त्यानं ते घेण्यास नकार दिला. आमच्या मित्रांनी आम्हाला ओकलंड/बर्कले परिसरातल्या गुन्हेगारीबद्दल सावध केलं होतं, पण या भागातल्या प्रामाणिक नागरिकाचं हे एक लखलखीत उदाहरण होतं.

वसतिगृहात आल्याची नोंद केल्यावर आम्ही आंघोळ करायला गेलो. त्या वसतिगृहात सामाईक स्नानगृहं आणि संडास होते. स्त्रियांचं स्नानगृह वेगळ्या मजल्यावर होतं. तिथं नंदिनी शॉवर घ्यायला गेली तेव्हा तिला शेजारच्या स्नानगृहात एक जोडपं एकत्र आंघोळ करताना दिसलं. बर्कले हे युएफ् पेक्षाही उदारमतवादी होतं.

मी आयआयटी कानपूरमध्ये ज्यांच्याशी मैत्री केली होती त्या प्रोध्यापकांना भेटायला मेकॅनिकल इंजिनिअरिंग विभागात गेलो. तिथल्या सेक्रेटरीनं मी आयआयटीकेमधून आलो होतो का म्हणून विचारलं. मी तिच्या अतींद्रिय दृष्टीनं आश्चर्यचकित झालो, पण तिनं स्पष्टीकरण दिलं की त्या विभागातले बहुतेक भारतीय आयआयटीकेमधून आलेले

असतात म्हणून मीही तेथूनच आलो असणार असं तिनं गृहीत धरलं. १९७६ साली आयआयटी अजून एक ब्रॅंड झाला नव्हता पण बर्कलेसारख्या उच्च श्रेणीच्या शैक्षणिक संस्थांमध्ये आयआयटीके सुप्रसिद्ध होतं.

विद्यापीठांबरोबरच आम्ही ह्यूस्टन, सॅन फ्रॅन्सिस्को, लॉस अँजेलिस, सँडिएगो, टूसॉन आणि सेंट लुईससारख्या मोठ्या शहरांनाही भेटी दिल्या. वस्तुसंग्रहालयांना भेटी देण्याच्या आणि स्थानिक पारंपरिक जेवणाचा आस्वाद घेण्याचा आनंद आम्ही दोघांनीही लुटला. १९५४ साली नंदिनीचा ज्या इस्पितळात जन्म झाला होता ते शोधण्याचा आम्ही टूसॉनमध्ये प्रयत्न केला. पण ते पाडून त्या ठिकाणी शॉपिंग मॉल उभारण्यात आला असल्याचं पाहून आमची निराशा झाली.

थोर कलाविष्कार पहाण्यासाठी वेगवेगळ्या प्रदर्शनांना आणि वस्तुसंग्रहालयांना भेट देण्याची संधी आम्ही फारच क्वचित गमावली. १९७७ साली फक्त तूतनखामुनचं प्रदर्शन पहायला न्यू ऑर्लिन्सला गाडीतून जाण्याबरोबरच आम्ही १९८०च्या उन्हाळ्यात न्यूयॉर्कमधील म्युझियम ऑफ मॉडर्न आर्टमध्ये पिकासोच्या कलाकृतींचं सिंहावलोकनात्मक प्रदर्शन पहायलाही गेलो. न्यूयॉर्कमध्ये या प्रदर्शनाची तिकिटं मिळवायला आम्ही सहा तास रांगेत उभे राहिलो आणि आणखी चार तास संग्रहालयात प्रवेश करायला लागले! अमेरिकेत कुठल्याही रांगेत इतका वेळ मला कधीच उभं रहावं लागलं नाही.

नंतर आमच्या अमेरिकेतल्या अनेक वेळच्या प्रवासात बऱ्याच गमतीशीर घटना घडल्या. एकदा कॅन्सस राज्यातून मोटारगाडीनं प्रवास करताना आम्ही एका ओकली नावाच्या अतिशय छोट्या गावात रात्री मुक्काम करायचं ठरवलं. जर मला बरोबर आठवत असेल तर १९७९ मध्ये त्या गावाची लोकसंख्या बहुतेक ५०० असावी. तिथं एकच हॉटेल आणि एक चांगलं उपहारगृह होतं. आम्ही तिथं जेवायला गेल्यावर नंदिनीनं साडी नेसलेली असल्यामुळं जवळजवळ सगळं गाव आम्हाला पहायला लोटलं. माझा असा अंदाज आहे की त्या काळी अशा लहान पारंपरिक अमेरिकन गावांमधून फारच थोडे भारतीय वंशाचे लोक प्रवास करत असावेत.

अशाच प्रकारे १९८० साली आम्ही एका परिषदेसाठी कोलोरॅडो मधल्या फोर्ट कॉलिन्स इथं गेलो होतो. एका संध्याकाळी आमच्या मित्रमंडळींबरोबर आम्ही एका चांगल्या

उपहारगृहात रात्रीच्या जेवणासाठी जायचं ठरवलं. मी ज्या रस्त्यावरून गाडी चालवत होतो तिथं यूटर्न घ्यायला परवानगी नव्हती आणि ते उपहारगृह रस्त्याच्या दुसऱ्या बाजूला असल्यामुळं मला वळणं आवश्यक होतं. काही मैल प्रवास केल्यावर कुठं पोलीस दिसत नाहीयेना असं पाहून मी उतावळेपणानं घुमजाव केलं. पण काही सेकंदातच एक पोलीस गाडीचा दिवा चमकावत दत्त म्हणून अवतरला.

माझ्या अमेरिकेतल्या सात वर्षांच्या वास्तव्यात मला वाहतुकीच्या नियमांचं उल्लंघन केल्याबद्दल पोलिसांनी कधीच पकडलं नव्हतं आणि माझ्या या विक्रमाचा मला अभिमान होता. चुकीच्या ठिकाणी गाडी उभी केल्याबद्दल मला एखाददोनदा पकडलं गेलं होतं पण अतिवेगानं गाडी चालवणं किंवा इतर गाडी चालवण्याबद्दलच्या गुन्ह्याबद्दल मला पोलिसांनी कधीच पकडलं नव्हतं. त्यामुळं हा माझा पहिलाच वाहतूक नियमभंग ठरला असता. तेव्हा सरकारी दफ्तरात माझ्या नावावर कलंक लागेल याची मला भीती होती. मी गाडीतून उतरून त्या पोलिसाला म्हटलं की साहेब चुकीचं वागण्याचा गुन्हा मी केलेला आहे आणि तुम्ही द्याल तो दंड भरायला मी तयार आहे. अशा परिस्थितीत बहुतेक वाहनचालक पोलिसांबरोबर वाद घालतात. त्यामुळं मला अपराधी वाटतंय आणि मी प्रामाणिकपणं गुन्हा कबूल करतोय हे पाहून त्या पोलिसाला आश्चर्य वाटलं. "साहेब तुम्ही कुठून आलाय", त्यानं मला विचारलं. मी त्याला गेन्सव्हिलहून असं सांगितल्यावर तो म्हणाला, "बाहेरगावच्या लोकांना माहिती नसली तर या यूटर्न कधीकधी त्रासदायक ठरतात, तेव्हा पुढच्या वेळी काळजीपूर्वक गाडी चालवा", आणि त्यानं मला तसंच सोडून दिलं.

आणखी एक प्रवासाशी निगडीत घटना फारशी संस्मरणीय नव्हती. मी टीएईटी कार्यक्रमातल्या सहभागींना सौरऊर्जेवरचे मोठे प्रकल्प पहाण्यासाठी न्यू मेक्सिको आणि ॲरिझोना या राज्यांत घेऊन जात असे. एकदा आम्ही ॲटलांटामार्गे गेन्सव्हिलला परतत होतो. गेन्सव्हिलला येणाऱ्या आणि जाणाऱ्या सर्व विमानोड्डाणांचं ॲटलांटा हे केंद्र होतं. आमचं गेन्सव्हिलला जाणारं विमान न्यूयॉर्कहून येणार होतं पण खराब हवामानामुळं त्याला विलंब झाला होता. ईस्टर्न एअरलाईन्स (ईए) च्या फलकावर दर अर्ध्या तासाला उड्डाणाची बदललेली वेळ येत होती. हे संध्याकाळी ५:३० पासून रात्री ९ पर्यंत चाललं. दरम्यानच्या काळात ईएच्या व्यवस्थापकांना भेटण्याची आमची विनंती फेटाळण्यात आली.

सरतेशेवटी उद्विग्न होऊन आम्ही ईएच्या कर्मचारी वर्गाला नम्रपणं सांगितलं की ईस्टर्न एअरलाईन्सच्या मूर्खपणामुळं ४० परदेशी मान्यवर ॲटलांटाच्या विमानतळावर अडकून पडले होते अशी बातमी त्यांना सकाळच्या ॲटलांटा जर्नल (स्थानिक वर्तमानपत्र) मध्ये पहायला मिळेल. त्याचा योग्य तो परिणाम होऊन ईएनं तातडीनं आम्हाला रात्रीसाठी एका हॉटेलात ठेऊन सकाळच्या उड्डाणासाठी आमचं आरक्षण केलं. आजकाल तर विमान उद्योगाचं हे टोकाचं व्यावसायीकरण आणखीच वाईट झालं आहे. परिणामस्वरूप खराब हवामानामुळं विलंब झाल्यास विमान कंपन्या प्रवाशांना काहीही देऊ करत नाहीत – अगदी खाद्यपदार्थसुद्धा.

१९८१ साली आम्ही अमेरिका सोडण्याआधी ईएचं ३०० डॉलरचं विमान तिकिट खरेदी केलं होतं. त्यामुळं आम्हाला देशात कुठंही एक महिन्यासाठी अमर्याद प्रवास करण्याची मुभा होती. आम्ही या तिकिटाचा पुरेपूर उपयोग करून अमेरिकाभर आमच्या सगळ्या मित्रमंडळींना भेटून आलो. अव्वल दर्जाची सेवा आणि चांगलं जेवण असणारा तो अमेरिकन विमान प्रवासाचा सुवर्णकाळ होता. आज विमानप्रवास उदात्तीकरण केलेल्या बससेवेसारखा असून अन्न नाही, जवळजवळ काही सेवा नाही आणि वारंवार विलंब अशी परिस्थिती आहे.

अमेरिकेतल्या माझ्या सात वर्षांच्या वास्तव्यात आम्ही देशभर खूप प्रवास केला आणि अगणित अमेरिकन आणि भारतीय कुटुंबांबरोबर राहून त्यांच्या मनापासून केलेल्या आदरातिथ्याचा आनंद लुटला. तेव्हापासून मी जेव्हाजेव्हा अमेरिकेला जातो तेव्हातेव्हा आणखी अनेक भागात प्रवास केला आहे. तरी वायव्येकडची काही राज्यं अजून पहायची राहिली आहेत. तिथलं निसर्गसौंदर्य पाहाण्याची मला तीव्र इच्छा आहे आणि असं करण्याची संधी एक ना एक दिवस मला मिळेल अशी आशा आहे.

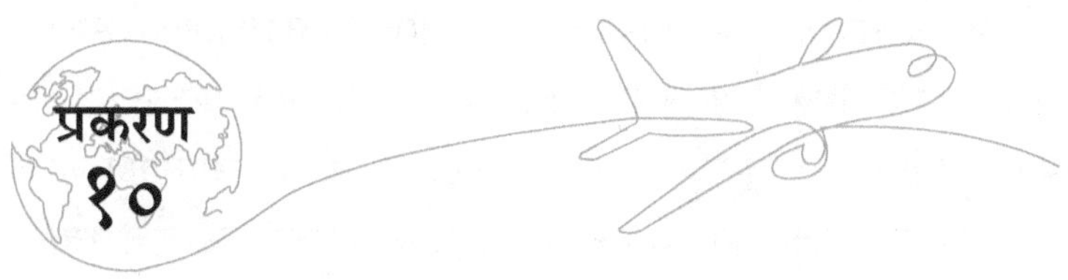

पदव्युत्तर शिक्षण

माझ्या पहिल्या तिमाही सत्रात मला आयआयटी कानपूरच्या तुलनेत शिकवणं सरस असल्याचा अनुभव आला. एकंदर विद्याव्यासंगाचं वातावरण आणि ज्ञानार्जनाबद्दलचा माझा उत्साह यामुळं युएफ् मधलं पदव्युत्तर शिक्षण हा एक आनंददायक अनुभव होता. माझी एम्.टेक् पदवी जरी मी आयआयटीके मधून मिळवली असली तरी या अव्वल श्रेणीच्या संस्थेत पदव्युत्तर अभ्यासाची अपेक्षित पातळी आणि चांगलं संशोधन करण्यासाठी लागणारं एकंदर वातावरण यांची उणीव होती. आजही या परिस्थितीत विशेष बदल झालेला नाही. प्रत्यक्षात मी आयआयटीकेमध्ये घेतलेले अनेक पदव्युत्तर कोर्सेस यूएफ् मध्ये पुन्हा घेतले, पण तरीही मला कितीतरी जास्त शिकायला मिळालं.

माझी शिकण्याची इच्छा जसजशी अधिकाधिक तीव्र होऊ लागली तसतसा मी युएफ् च्या वाचनालयांमध्ये खूप वेळ घालवू लागलो. ऊर्जेवरची नियतकालिकं आणि पुस्तकं वाचून माझ्या कामाची व्याप्ती वाढवण्याची इच्छा माझ्यात जागृत झाली. तेव्हा मी ऊर्जेचं विस्तृत चित्र आणि विशेषत: निसर्ग वेगवेगळ्या उद्दिष्टांसाठी सौरऊर्जा कशी वापरतो याकडे पाहू लागलो. आमच्या प्रयोगशाळेत आम्ही सौर संग्राहकाला जास्तीत जास्त सूर्यऊर्जा अडवण्यासाठी सूर्याबरोबर मार्गक्रमण करता यावं यासाठी सौर ट्रॅकर उभारण्याचा प्रयत्न करीत होतो. सूर्यफुलं अतिशय प्राथमिक पद्धतीनं सूर्याबरोबर मार्गक्रमण करीत असल्यामुळं मला वाटलं की अधिक चांगल्या सौर ट्रॅकरची रचना करण्यासाठी त्याबद्दलची माहिती उपयुक्त ठरेल.

म्हणून मी वनस्पतीशास्त्र विभागात जाऊन तिथल्या एका प्राध्यापकांशी बोललो आणि

ज्यामुळं सूर्यफूल सूर्याच्या बरोबरीनं मार्गक्रमण करू शकतं अशा टर्गर प्रेशर आणि हिरव्या वनस्पतींमधल्या इतर दाबाशी निगडित क्रिया यांच्याविषयीचं योग्य ते साहित्य मी मिळवलं. या चित्तवेधक विषयाबद्दल वाचन करून संशोधनाचं एक नवीन क्षेत्र माझ्यासमोर खुलं झालं. एकातून दुसरं असं करतकरत झाडं पाणी कसं घेतात आणि इतक्या उंचीपर्यंत कसं वाहून नेतात तसंच पानांमधून बाष्पीभवन कसं होतं इत्यादि अनेक गोष्टींमध्ये मला अतिशय रुची वाटू लागली.

या मार्गानं मला शिकायला मिळालेली सगळ्यात महत्त्वाची गोष्ट ही होती की निसर्गाकडं सर्व समस्यांचं उत्तम उत्तर असतं. अनेक दशलक्ष वर्षांच्या उत्क्रांतीतून निसर्गानं परिपूर्ण रचना तयार केल्या आहेत, म्हणून आपण त्याचं अनुसरण केलं पाहिजे. माझ्या हेही लक्षात आलं की निसर्ग नेहमीच्या तापमानाला काम करतो आणि ऊर्जा रुपांतरणाची त्याची कार्यक्षमता उच्चतम असते. उपलब्ध ऊर्जा कमी आणि सौम्य स्वरूपात असल्यामुळं उपयुक्त निष्पत्तीसाठी निसर्गाला अतिशय कार्यक्षम ऊर्जातरण (ट्रान्सडक्शन) प्रक्रिया विकसित कराव्या लागल्या. माझ्या सर्व योजनांमध्ये हीच तत्त्वप्रणाली मला मार्गदर्शक ठरली आहे.

अशाचप्रकारे युएफ् मधल्या आमच्या प्रयोगशाळेत आम्ही सौर संग्राहकापासून उत्सर्जित होणारी ऊर्जा मोजण्यासाठी अवरक्त संवेदी (इन्फ्रारेड सेन्सर) विकसित करण्याचा प्रयत्न करीत होतो. परत मी स्वत:ला विचारलं की निसर्ग तापमान कसं जाणून घेतो? माझ्या असं लक्षात आलं की रॅटल स्नेक, पिट व्हायपर अशा तऱ्हेच्या सापांमध्ये अवरक्त संवेदी ही अद्भुत यंत्रणा असून ती अतिशय अचूक असते. तापमानातील ०.०१ डिग्री सेल्सिअस इतक्या कमी फरकाचीही त्यांना जाणीव होऊ शकते. त्यांचं भक्ष्य आणि आजूबाजूचा परिसर यांच्या तापमानातील फरकावरून त्यांना आपलं भक्ष्य पकडणं शक्य होतं.

१९७६ साली सूर्यफुलाचं मार्गक्रमण आणि रॅटल स्नेकचं ग्रहणेंद्रिय या दोन्ही विषयांवर मी आमच्या विभागात भाषण दिलं. अशातऱ्हेचं बायोमिमिक्रीवरचं हे आमच्या विभागातलं पहिलंच भाषण असावं आणि त्याचा उपयोग मला नंतर विद्यापीठ-व्यापी बहुविद्याशाखीय (मल्टिडिसिप्लिनरी) चर्चासित्रं सुरू करायला झाला. दुर्देवानं मी पुढे या विषयावर संशोधन चालू ठेवलं नाही आणि आज ३० वर्षांनंतरही वनस्पतींच्या हालचाली, त्यांच्यामधील पाण्याचं वहन किंवा सापांमधील अवरक्त संवेदी यंत्रणा

यांबद्दल (आणि त्यांचा उपयोग उपयुक्त साधनं बनवायला कसा होईल याची) विशेष माहिती आपल्याला नाही. काही का असेना आज बायोमिमिक्रीवर बरंच संशोधन चालू आहे आणि नैसर्गिक प्रणालींवर आधारित साधनं विकसित करण्यात येत आहेत.

माझ्या पी.एच.डी.च्या कामासाठी मी समुद्राच्या पाण्याच्या विक्षारणावर (डिसॉलिनेशन) काम करायचं ठरवलं. मी हा विषय कसा निवडला ते मला आठवत नाही, पण एकदा निवड केल्यावर मी परत प्रेरणेसाठी निसर्गाकडं वळलो.

निसर्गात समुद्राच्या पृष्ठभागावरून पाण्याचं बाष्पीभवन होतं आणि त्याचं ढगांत रुपांतर होतं. नंतर त्यांपासून पाऊस पडतो आणि अशातऱ्हेनं समुद्राच्या पाण्याचं विक्षारण होतं. विजा चमकण्यानं अतिशय गार ढगांपासून पावसाच्या थेंबांचं संघनन होऊन पाऊस पडायला मदत होते. तेव्हा मी समुद्र व हवा यांच्या आंतरपृष्ठाचा(इंटरफेस) म्हणजेच सौरऊर्जा समुद्रात कशी शोषून घेतली जाते आणि शेवटी विजांच्या चमकण्यामुळं पावसाचे थेंब कसे तयार होतात याचा अभ्यास सुरू केला.

या गोष्टी समजून घेण्यासाठी मी इलेक्ट्रिकल इंजिनिअरिंगमध्ये विद्युतचुंबकीय क्षेत्र सिद्धांत (इलेक्ट्रोमॅग्नेटिक फिल्ड थिअरी), केमिकल इंजिनिअरिंगमध्ये आंतरपृष्ठीय घटना (इंटरफेशिअल फेनॉमेना) असे कोर्सेस घेतले. शिवाय डॉ. अुमान या युएफ् मधल्या इलेक्ट्रिकल इंजिनिअरिंगमधल्या अतिशय प्रसिद्ध प्राध्यापकांबरोबर मी ढगांच्या भौतिकशास्त्राची चर्चा करीत असे कारण ते विजांबद्दलच्या संशोधनाचे अमेरिकेतल्या आणि कदाचित जगातल्या आद्यप्रवर्तकांपैकी एक होते.

हे सर्व कोर्सेस आणि चर्चा यांमुळं मला पाऊस पडण्यासाठी जी संपूर्ण प्रक्रिया होते त्याचा बोध झाला आणि म्हणून मी त्या प्रक्रियेची नक्कल करण्यासाठी काही लहान प्रयोग करायचं ठरवलं. एका प्रयोगात मी खोल कुंड असलेल्या सौर ऊर्ध्वपातन यंत्रांमधल्या पाण्यात रंगद्रव्यं मिसळली. ही उपकरणं मेकॅनिकल इंजिनिअरिंग डिपार्टमेंटच्या इमारतीवर ठेवली होती. बहुतेक सूर्यऊर्जा समुद्राच्या पृष्ठभागाच्या वरच्या एक मीटरमध्ये शोषली जात असल्यामुळं या प्रयोगातून समुद्राच्या पाण्याच्या आणि सौरऊर्जेच्या देवघेवीची नक्कल मला करायची होती. पाण्यात मिसळलेल्या रंगद्रव्यांमुळं अतिशय पातळ अशा वरच्या थरातच सौरऊर्जा शोषली जात होती. यामुळं पाण्याच्या पृष्ठभागाचं तापमान वाढून ऊर्ध्वपातनातही वाढ होत होती. परिणामी सौर ऊर्ध्वपातन

प्रणालीद्वारे गोळा होणारं पाणीही जास्त प्रमाणात मिळत होतं.

पृष्ठक्रियाकारी रसायनांची (सरफॅक्टन्ट्स) बाष्पीभवनाचा वेग वाढवण्यात काय भूमिका असेल ते पहाण्यासाठी मी केमिकल इंजिनिअरिंग प्रयोगशाळेत माझा दुसरा प्रयोग सुरू केला. पृष्ठक्रियाकारी रसायनांमुळं पाण्याच्या पृष्ठभागातले हायड्रोजनचे बंध (बॉंड) तुटायला मदत होते आणि त्यामुळं बाष्पीभवन वाढू शकलं असतं. माझा असा अंदाज होता की समुद्राच्या पृष्ठभागाजवळ असणारे जीव पृष्ठक्रियाकारी रसायनांसारखं काम करून बाष्पीभवनाचा वेग वाढवायला मदत करीत असावेत. मानवी वंशसूत्र (जीनोम) शोधून काढण्यासाठी प्रसिद्ध असलेल्या क्रेग व्हेंटर यांच्यासह अनेक संशोधक हे अनुमान तपासून पहात आहेत. बऱ्याच नंतर मला असं कळलं की बर्कलेच्या युनिव्हर्सिटी ऑफ कॅलिफोर्निया येथील समुद्राच्या पाण्याच्या रूपांतरणावर काम करणाऱ्या प्रयोगशाळेत समुद्राच्या पाण्याचं बाष्पीभवन वाढण्यासाठी पृष्ठक्रियाकारी रसायनांच्या भूमिकेवर बरंच काम केलं गेलं होतं. हे १९७६च्या उन्हाळ्यात बर्कले येथील प्रयोगशाळेला भेट देण्याचं एक कारण होतं. मी योग्य मार्गानं चाललोय हे यावरून दिसून आलं.

माझा पाण्याचं बाष्पीभवन वाढवायला उच्च विद्युत दाब (अंदाजे २० ते २५ केव्ही) वापरण्याचा तिसरा प्रयोग मी इलेक्ट्रिकल इंजिनिअरिंग प्रयोगशाळेत स्थापित केला. उच्च दाब आणि आवर्तता वापरून पाण्याच्या पृष्ठभागावरचे (ज्या पाण्यात थोडं पृष्ठक्रियाकारी रसायन मिसळलं आहे असं पाणी) अणू हलवून त्यांचे बंध (बॉण्ड्स) खंडित करून बाष्पीभवन वाढवता येईल असा माझा विचार होता. छोट्या सौर ऊर्ध्वपातन यंत्रामध्ये विद्युन्मोच (लाईटनिंग डिस्चार्जेस) करायलाही मला याची मदत झाली. सतत विद्युन्मोच चालू ठेवल्यास पाण्याच्या बाष्पीभवनात आम्हाला थोडीफार वाढ दिसली. नंतर मला असं आढळून आलं की १९७०च्या दशकाच्या सुरुवातीला पाण्याचं बाष्पीभवन वाढवायला विद्युत क्षेत्राचा उपयोग करण्याचं अग्रगण्य काम काही जपानी लोकांनी केलं होतं, पण त्यांचे लेख जपानी भाषेत असून फक्त जपानी नियतकालिकांमध्ये छापले गेले असल्यामुळं त्यांनी प्रत्यक्षात काय केलं होतं ते शोधून काढणं अवघड होतं.

मी या सर्व डिपार्टमेंट्समध्ये कोर्सेस घेतलेले असल्यामुळं या सर्व प्रयोगशाळांमध्ये हे प्रयोग करणं मला १९७६ साली शक्य झालं होतं. शिवाय संबंधित प्राध्यापकांनी माझ्या प्रयत्नांना दाद देऊन मला खूप मदतही केली.

अशातऱ्हेनं सुमारे ३-४ महिने मी रोज या प्रयोगशाळांमध्ये ये-जा करीत असे. मी सकाळी एका प्रयोगशाळेत माझा प्रयोग सुरू करत असे तर रात्री खूप उशिरा दुसरा प्रयोग दुसऱ्या एखाद्या प्रयोगशाळेत संपवत असे. हे प्रयोग करण्यात आणि त्यांच्याबद्दल विचार करण्यात मला जो थरार वाटला तो जवळजवळ योगिक ध्यानधारणेसारखा होता. यातून अत्याधुनिक संशोधन करताना आविष्कर्त्यांना कसं वाटलं असेल याचा मला प्रत्यक्ष अनुभव आला. या उत्कंठावर्धक बौद्धिक कार्यातून माझा मेंदू कधी नव्हता इतका बहरला. माझं जवळजवळ सगळ्या गोष्टींबद्दलचं भान उंचावलं आणि त्यामुळं कुठल्याही समस्येला मला अतिशय खोलात जाऊन पहाता येऊ लागलं. प्रयोगांच्या मधल्या वेळात मी बसून सौरऊर्जेचा उपयोग करून भारताच्या समस्यांचं निराकरण कसं करता येईल यावर लांब निबंध लिहीत असे. प्रत्यक्षात नंतर मी या लिखाणाचं संकलन आणि संक्षेप केला आणि इंडियन एक्स्प्रेस वर्तमानपत्रात ते १९७६ साली अर्ध्या पानाचा संपादकीय लेख म्हणून छापलं गेलं.

डॉ. फार्बर स्वत: संशोधक असल्यानं माझ्या प्रयत्नांची प्रशंसा करीत आणि वेगवेगळ्या प्रयोगशाळांमध्ये चालू असलेले माझे प्रयोग मोठ्या उत्सुकतेनं पहात. माझ्या पी.एच.डी. च्या समितीवरच्या इतर काही सभासदांना मात्र हे पसंत नव्हतं. त्यांच्यातल्या एकानं मला सांगितलं की त्यांना माझ्याकडून फक्त एका पी.एच्.डी. पदवीची अपेक्षा होती आणि नोबेल पारितोषिकाची नाही. त्यानं माझ्या पी.एच्.डी. साठी या सर्व प्रयोगांपैकी एकच निवडण्याचा इशाराच जवळजवळ दिला. ते वास्तविकत: मला मदत करीत होते कारण त्याना मी माझी पी.एच्.डी. कमी कालावधीत पुरी करावी असं वाटत होतं आणि विद्युतक्षेत्र व पृष्ठक्रियाकारी रसायनांमधल्या अतिशय नाविन्यपूर्ण संशोधनानं असं करायला फार वेळ लागू शकला असता. या दोन्ही प्रकल्पांबद्दल मला खात्री नसल्यामुळं मी पी.एच्.डी. साठी सौर ऊर्ध्वपातनावर रंगद्रव्यांचा परिणाम हा पहिला प्रकल्प निवडला.

माझ्या पी.एच.डी.च्या विषयाशिवाय मी एकंदर समुद्राच्या पाण्याचं विक्षारण या विषयावर बरंच वाचलं आणि त्याचा अभ्यास केला.

यातल्या काही संशोधनानं मला बरीच प्रसिद्धीही मिळाली. डार्सी मीकिर नावाची एक तरुण महिला युएफ् च्या प्रसिद्धी आणि माहिती केंद्राशी संलग्नित होती आणि शिवाय असोसिएटेड प्रेस (एपी) ची वार्ताहरही. मी ऊर्जेवर करत असलेलं काम का माहीत नाही

पण तिला भावलं. म्हणून तिनं माझ्या कामावर अर्धा डझन गोष्टी लिहिल्या ज्या स्थानिक वृत्तपत्रांतच नव्हे तर मायामी हेरल्ड, सेंट पीटर्सबर्ग टाइम्स आणि टँपा ट्रिब्यून अशा राष्ट्रीय वृत्तपत्रांमध्येही छापून आल्या. बऱ्याच वेळा एपी च्या बातम्या भारतीय पत्रसृष्टी उचलत असे आणि त्या टाइम्स ऑफ इंडिया आणि इंडियन एक्सप्रेसच्या पहिल्या पानावर छापून येत. टाइम्स ऑफ इंडियामध्ये तर दोन संपादकीय लेख या शोधांवर लिहिण्यात आले. असं काही छापून आलं की माझे आईवडील त्या वर्तमानपत्राची कात्रणं मला पाठवायचे. नंतर बऱ्याच लोकांनी मला सांगितलं की भारतीय पत्रसृष्टीत १९७०च्या दशकात एवढी प्रसिद्धी मिळवणारा बहुतेक मी एकमेव भारतीय विद्यार्थी होतो. १९८०च्या दशकाच्या सुरुवातीला मला भेटलेल्या अनेक लोकांना या गोष्टी आठवत होत्या.

एक भारतीय विद्यार्थी भारताचं ऊर्जासंकट सोडवण्यास मदत करू शकणारी तंत्रज्ञानं विकसित करण्याचा प्रयत्न करीत आहे ही गोष्ट भारतीय पत्रसृष्टीला फारच आवडली. तथापि त्यातील काही बातम्या मला शरमिंदा करत होत्या कारण त्या फक्त माझ्या कल्पनाविलासावर आधारित होत्या आणि मी त्यासाठी काही यंत्रसामग्री विकसित केली नव्हती. याच वेळी माझ्या लक्षात आलं की अमेरिका ही संकल्पनांची भूमी आहे व इथे कोणताही चांगला विचार पत्रसृष्टी लगेच उचलून धरते आणि माझ्याकडं कल्पनांचा अभाव तर नव्हताच!

उदाहरणार्थ, एक दिवस मी पब्लिक ब्रॉडकास्टिंग सर्व्हिस(पीबीएस) च्या दूरदर्शन वाहिनीवर आपल्या पाठीवर दवबिंदू गोळा करणाऱ्या नमिबियाच्या वाळवंटातल्या बीटल किड्यावर एक कार्यक्रम पाहिला. हे पाणी हा बीटल वाळवंटातल्या रुक्ष वातावरणात जिवंत रहाण्यासाठी वापरतो. मी पाण्याच्या समस्येवर काम करीत असल्यामुळं मी लगेच विचार केला की वाळवंटी प्रदेशात दंव हा गोड्या पाण्याच्या निर्मितीचा उत्तम स्रोत ठरू शकेल. म्हणून मी आमच्या प्रयोगशाळेत दंव-संकलनावर आणि त्यावर परिणाम करणाऱ्या घटकांवर एक प्रयोग उभा करून मोठ्या प्रमाणावर दंव-संकलन कसं करता येईल यावर एक निबंध लिहिला. हा डिसॅलिनेशन (विक्षारीकरण) या नियतकालिकात १९८० साली छापून आलेला निबंध हे दंवावरचं अग्रगण्य काम होतं. मला या कामाचा अतिशय अभिमान आहे कारण आज सुमारे २७ वर्षांनंतर गोड्या पाण्याच्या निर्मितीसाठी दंव-संकलन हा महत्त्वाचा विषय आहे आणि या क्षेत्रात काम

करणारे संशोधक माझा निबंध मोठया प्रमाणावर उद्धृत करतात.

त्याकाळी डेस्कटॉप संगणन अजून आलं नसल्यामुळं युएफू आणि इतर विद्यापीठांत फक्त मेनफ्रेम संगणक अस्तित्वात होते. शिवाय आमच्या संगणक आज्ञावली (प्रोग्रॅम) साठी आम्ही फोरट्रॅन ही भाषा वापरत असू. माझ्या गणितीय प्रतिमानाची (मॉडेल) आज्ञावली बरीच मोठी होती आणि ती पूर्ण व्हायला १०-१५ मिनिटं तरी लागायची. म्हणून मी ती फक्त मध्यरात्रीनंतर संगणकावर टाकायचो कारण संगणकाचं शुल्क यावेळी सगळ्यात कमी असायचं. प्रत्येक वेळी आज्ञावली संगणकातून गेल्यावर मी त्यातल्या चुका दुरुस्त करून ती पुन्हा संगणकावर टाकायचो. त्याकाळी छिद्रे पाडलेल्या कार्डांद्वारा आज्ञावली संगणकात भरली जात असे. माझी आज्ञावली खूपच मोठी असल्यामुळं ती कार्डं मला एका मोठ्या खोक्यातून न्यावी लागत. कार्ड संगणकात भरणं आणि आज्ञावलीत दुरुस्त्या करणं हे बरंच वेळखाऊ काम होतं आणि त्यामुळं संगणक केंद्रात मला बऱ्याच वेळा रात्रभर रहावं लागे. हल्लीच्या पदव्युत्तर विद्यार्थ्यांचं जीवन तुलनेनं खूपच सोपं आहे कारण त्यांना वेगवान डेस्कटॉप संगणक उपलब्ध असतात.

माझ्या पदव्युत्तर अभ्यासादरम्यान माझ्यात कोणत्याही विषयात अतिशय खोल जाण्याची - अगदी रेणूच्या पातळीपर्यंत – क्षमता आहे याचा मला शोध लागला. ही ५-६ महिने टिकलेली क्षमता जणू काही एक शापच होता कारण जेव्हाजेव्हा मी एखाद्या अभियांत्रिकी समस्येबद्दल विचार करीत असे तेव्हातेव्हा माझं मन रेणूच्या पातळीवर जाऊन पोचत असे आणि अभियांत्रिकी संकल्पनेसाठी (डिझाईन) ही विशेष चांगली गोष्ट नाही. काही का असेना या क्षमतेनं मला विद्युतनिर्मितीसाठी सौर ऊर्जेच्या उपयोगाबद्दल अफलातून संकल्पना दिल्या. मी त्यांच्याबद्दल माझ्या रोजनिशीत लिहून ठेवलं आणि अगदी अलिकडेच नॉनलिनिअर प्रकाशकीय (ऑप्टिकल) पदार्थ उपलब्ध झाल्यावर त्यापैकी काही उपकरणं बनवण्यात आली हे मला कळल्यावर अतिशय आनंद झाला.

या क्षमतेनं मला अतिशय घमेंडखोर बनवलं, माझ्यात खोटा अभिमान निर्माण केला आणि मी एक अतिशय थोर संशोधक आहे असा अहंकारही. त्यामुळं माझ्या निवडीच्या क्षेत्राबद्दल मी वाचनालयात जाऊन आणखी अभ्यास करीत असे आणि दुसऱ्या कोणाच्या तरी मनात हीच कल्पना आली होती असं मला न चुकता आढळून येत असे. यामुळं अर्थातच माझ्या अहंकारातली हवा काढून घेतली जात असे पण त्याचवेळी मी

योग्य मार्गावर चाललो होतो याचं समाधानही मला मिळत असे. त्यामुळं जेव्हाजेव्हा कोणी माझ्याकडं येऊन त्यांनी महत्त्वाचा शोध लावल्याचा दावा करतं तेव्हा मी त्यांना सांगतो की खूप वर्षांपूर्वी कोणालातरी तीच कल्पना आली असण्याची चांगलीच शक्यता असल्यामुळं त्यांनी जुन्या साहित्याकडं काळजीपूर्वक पहावं. मूलत: या जगात नवीन असं काहीच नाही.

माझ्या पदव्युत्तर अभ्यासाच्या दरम्यान मी बराच प्रवासही केला. १९७७ साली मला द अमेरिकन असोसिएशन फॉर द ॲडव्हान्समेंट ऑफ सायन्स (अेअेअेअेस) यांनी डेनव्हर येथील त्यांच्या वार्षिक सभेला 'परदेशी विद्यार्थ्यांसाठी अमेरिकन शिक्षणाची समर्पकता' या विषयावरच्या सत्राला पॅनल सदस्य म्हणून सहभाग घेण्यासाठी आमंत्रित केलं होतं. त्यांनी अमेरिकेतल्या वेगवेगळ्या ठिकाणांहून २० परदेशी पदव्युत्तर विद्यार्थ्यांना त्यांच्यासाठी अमेरिकन शैक्षणिक कार्यक्रम किती परिणामकारक आहे याचं मूल्यमापन करून त्यावर चर्चा करण्यासाठी बोलावलं होतं. युएफ् हून माझी एकट्याचीच निवड झाली होती. ती प्रतिष्ठित स्पर्धा होती आणि अमेरिकेतल्या सगळ्या प्रमुख विद्यापीठांमधून निवड झालेल्या आम्हा २० जणांना डेनव्हरला जायच्या प्रवासासाठी प्रत्येकी २०० डॉलर देण्यात आले होते. शिवाय स्थानिक यजमान कुटुंबांबरोबर आमची रहाण्याची व्यवस्था करण्यात आली होती आणि परिषदेसाठी आम्हाला नोंदणी फी माफ केली होती.

आमचं परदेशी विद्यार्थ्यांचं सत्र अतिशय कटू होतं आणि जवळजवळ प्रत्येकजण परदेशी विद्यार्थ्यांच्या देशांमधील समस्यांशी निगडित साहित्य शिकवलं जात नाही म्हणून अमेरिकन विद्यापीठ व्यवस्थेला दोष देत असल्यामुळं मला युएन् मधल्या चर्चांची आठवण झाली. आम्ही अमेरिकेला आपखुशीनं आलो असल्यामुळं फक्त परदेशी विद्यार्थ्यांच्या सोयीसाठी अमेरिकन विद्यापीठांनी त्यांचा शैक्षणिक अभ्यासक्रम बदलण्याची अपेक्षा आम्ही का करावी असं विचारणारा बहुतेक माझा एकमेव आवाज होता. मी म्हणालो, "आपल्या स्वत:च्या देशांमध्ये उपयुक्त ठरेल असं ज्ञान या शिक्षणातून मिळवण्यासाठी आपण बुद्धिमान आणि हिंमतवान व्हायला पाहिजे". परंतु ज्यांना सर्व अमेरिकन गोष्टींत दोष आढळून येत होते अशा काही डाव्या विचारसरणीचा पुरस्कार करणाऱ्या विद्यार्थ्यांच्या आक्रमक आवाजात माझा आवाज बुडून गेला. बरंच नंतर

मला कळलं की या सत्रात भाग घेऊन अमेरिकन शिक्षणावर टीका करणारे बहुसंख्य विद्यार्थी त्यांचा अभ्यास पुरा झाल्यावर अमेरिकेतच स्थायिक झाले. बहुतेक मी एकटाच असा होतो की जो आपल्या देशात परतला.

या परिषदेच्या दरम्यान दोन मजेशीर घटना घडल्या. पहिली एका ज्येष्ठ भारतीय शास्त्रज्ञाबद्दल होती. त्याला एका सत्रात पवन ऊर्जेबद्दल प्रबंध सादर करायला अेअेअेस् तर्फे आमंत्रित करण्यात आलं होतं आणि भारताहून येण्यासाठी त्याला विमानभाडं देऊन शिवाय परिषदेची नोंदणी फी माफ केली होती. १९७७मध्ये परकीय चलनाबाबतच्या अतिशय कडक नियमांमुळं त्याला दिल्ली विमानतळावर फक्त १५-२० डॉलरच मिळाले आणि ते अमेरिकेत कधीच संपून गेले. अेअेअेस् त्याला परिषद संपल्यावर पैसे देणार असल्यामुळं त्याच्याकडं जेवणापुरतेही पैसे नव्हते. मला त्याच्या अडचणींची जाणीव झाली आणि परिषदेच्या दरम्यान मी त्याला दोन-एक वेळा जेवू घातलं म्हणून तो माझा कायम ऋणी राहिला. नंतर तो बेंगलुरूमधल्या एका राष्ट्रीय प्रयोगशाळेचा प्रमुख म्हणून निवृत्त झाला आणि माझ्या औदार्याची तो नेहमी आठवण काढे.

दुसरी घटना इ. एफ्. शुमाका यांच्या सत्रात घडली. त्याकाळी 'स्मॉल इज ब्युटिफुल' या त्यांच्या पुस्तकामुळं प्रसिद्धी पावलेले इ. एफ्. शुमाका हे यु.के. मधले अतिशय प्रसिद्ध अर्थशास्त्रज्ञ होते. या पुस्तकात शुमाका यांनी सध्या अस्तित्वात असलेल्या मोठया व्यवस्थांच्या ऐवजी लहान, ऊर्जा-स्वयंपूर्ण असे गांधीजींच्या तत्त्वज्ञानावर आधारित लोकसमूह आणि प्रणाली विकसित करण्याचं प्रतिपादन केलं होतं. १९७३च्या ऊर्जा संकटामुळं शुमाकांचं प्रतिपादन एकाएकी अतिशय लोकप्रिय झालं. या सत्रात ते त्यांच्या या सिद्धांतावर व्याख्यान देणार होते.

त्यामुळे अेअेअेस् च्या डेनव्हर येथील वार्षिक सभेत ते प्रमुख आकर्षण होते आणि त्यांच्या सत्रात लोक गर्दीनं उभ्याउभ्या त्यांचं भाषण ऐकत होते. शुमाका यांच्या लोकप्रियतेमुळं सत्राच्या संयोजकांनी त्यांना कार्यक्रमातले शेवटचे वक्ते ठेवलं होतं. त्यांच्या आधीचा वक्ता अमेरिकेच्या नॅशनल अकॅडमी ऑफ सायन्सेसमधला होता आणि आपलं भाषण संपवण्याच्या आधी त्यानं प्रेक्षकांना सांगितलं की त्यांच्या संस्थेनं प्रकाशित केलेल्या एनर्जी फॉर रूरल डेव्हलपमेंट या पुस्तकाच्या ४० प्रती आणून त्यानं परिषदेत सहभागी होणा-या लोकांना घेण्यासाठी टेबलावर ठेवल्या आहेत. त्यानं प्रेक्षकांना अशीही माहिती दिली की ते पुस्तक त्यांच्या कार्यालयातून फुकट उपलब्ध

आहे आणि जो मागणी करेल त्याला पाठवलं जाईल. असं असूनही ते पुस्तक घ्यायला वेड्यासारखी झुंबड उडाली आणि तीन-पीसचा सूट घातलेल्या दोन गृहस्थांनी शेवटच्या पुस्तकासाठी झगडा करून ते फाडून त्याचे दोन भाग केले. अतिश्रीमंत समाजाचे नागरिक आणि अतिशय गरीब समाजातले, थोड्या अन्नासाठी रस्त्यावर भांडणारे भिकारी यांच्यामध्ये मला काहीही फरक दिसला नाही. मानवजातीतल्या सर्वांची फुकट भेटवस्तू मिळाल्यावर एकाच प्रकारची प्रतिक्रिया असते.

ही पाच दिवसांची परिषद होती आणि नंदिनी गेन्सव्हिलमधल्या आमच्या सदनिकेत एकटीच रहात असल्यामुळं मी तिला रोज फोन करीत असे. एक दिवस तिनं मला सांगितलं की कोणीतरी पहाटे पाच वाजता आमच्या सदनिकेचं दार उघडण्याचा प्रयत्न केला. ती अर्धवट झोपेत होती आणि मी डेनव्हरमधून इतक्या पहाटे कसा आलो याचा विचार करत होती. तिनं कॅम्पस पोलिसांना फोन केला पण ते येईपर्यंत तो आगंतुक पळून गेला होता. त्याकाळी गेन्सव्हिलमध्ये गुन्हेगारीचं प्रमाण खूप होतं आणि प्रत्यक्षात लोकांनी त्याला अमेरिकेची बलात्कार राजधानी म्हणायला सुरुवात केली होती.

१९७८ साली मला इंटरनॅशनल सोलर एनर्जी सोसायटीनं (आयएस्इएस्) त्यांच्या नवी दिल्लीला भरणाऱ्या आंतरराष्ट्रीय परिषदेसाठी निमंत्रित केलं होतं. आमच्या प्रयोगशाळेनं सादर करण्यासाठी चार निबंध पाठवले होते आणि डॉ. फार्बर उपस्थित राहू शकत नसल्यामुळं मी त्यांचं सादरीकरण करण्यासाठी दिल्लीला गेलो.

जवजवळ तीन वर्षांनी भारतात परतण्याची ही मला मोठीच संधी होती; त्यामुळं आय.एस.इ.एस.च्या भारतीय शाखेनं मला पाठवलेल्या निमंत्रणाच्या रूपानं आलेल्या संधीवर मी उडी मारली. माझे काका डॉ. आत्माराम हे १९७७मध्ये श्री. मोरारजी देसाईंच्या मंत्रिमंडळात भारताचे विज्ञान आणि तंत्रज्ञानाचे सर्वेसर्वा झाले होते. आय. एस.इ.एस. ही परिषद नवी दिल्लीत २४ वर्षांनंतर भरवत होती (या आधीची आय.एस.इ.एस. परिषद दिल्लीत १९५४ मध्ये झाली होती) आणि डॉ. आत्माराम तिचे प्रायोजक होते. ते युएफ् मधल्या माझ्या कारकिर्दीच्या प्रगतीवर अतिशय स्वारस्यानं लक्ष ठेऊन होते आणि डॉ. फार्बर यांचा विद्यार्थी असल्यामुळं परिषदेला उपस्थित रहाण्यासाठी अंशत: विमान भाडं देण्याचं आश्वासन देऊन मला निमंत्रित करण्यात आलं. डॉ. फार्बर १९७६च्या उत्तरार्धात सौर ऊर्जेवरील एका उच्चपदीय अमेरिकन प्रतिनिधी मंडळाचे प्रमुख म्हणून भारतात आले होते. ते त्यावेळी ऊर्जामंत्री श्री. के. सी.

पंत व ऊर्जा क्षेत्रातल्या भारत सरकारच्या इतर वरिष्ठ अधिकाऱ्यांना भेटले होते. ते माझ्या वडिलांनाही भेटले आणि त्यांच्याबरोबर त्यावेळी निवृत्त जीवन व्यतीत करणारे डॉ. आत्माराम तसेच लोकसभेमधले काँग्रेस पक्षाचे वरिष्ठ सदस्य श्री. सुंदर लाल यांना भेटायला गेले. नंतर माझ्या वडिलांनी मला सांगितलं की डॉ. फार्बरनी डॉ. आत्माराम यांच्याजवळ माझी खूप स्तुती केली आणि म्हणून भारताचे विज्ञानातील सर्वेसर्वा झाल्यावर त्यांनी आय.एस.इ.एस. ला सुचवलं की डॉ. फार्बर परिषदेसाठी येणार नसतील तर मला आमंत्रण देण्यात यावं.

त्या परिषदेत नवीन शोधांवर विशेष चर्चा किंवा वादविवाद झाले नाहीत आणि ग्रामीण लोकांना तयार करता येतील अशा साध्या आणि प्राथमिक स्वरुपाच्या सौर उपकरणांवरच जास्त लक्ष केंद्रित करण्यात आलं, त्यामुळं मला ती बरीच कंटाळवाणी वाटली. काय कारण असेल ते असो पण ती दिल्लीमध्ये घेण्यात आली असल्यामुळं अमेरिकन आणि युरोपियन शास्त्रज्ञांचा सहभाग नाममात्र होता. मी आमच्या चार निबंधांचं सादरीकरण केलं आणि माझी काही तरी छाप पडली असावी कारण नंतर मी जेव्हा भारतात परत आलो तेव्हा त्या सत्रांत असणाऱ्या बऱ्याच सौर ऊर्जा संशोधकांना मी आठवत होतो.

या भारत भेटीमुळं माझ्या सासूसासऱ्यांना भेटायची संधी मला पहिल्यांदा मिळाली. त्यांनी मला मुंबईहून फलटणला नेलं आणि तिथली सर्व व्यवस्था दाखवली. मला त्या सगळ्याशी तसं काही देणंघेणं नव्हतं आणि माझ्या क्षितिजावर ती सगळ्यात शेवटची गोष्ट असल्यामुळं मी त्याकडं विशेष लक्ष दिलं नाही. ती माझी घोडचूक होती, कारण शेवटी मी स्थायिक व्हायला हेच ठिकाण निवडलं. मला तिळमात्र अक्कल असती तर माझे सासरे मला काय सांगू पाहतायत याकडं मी जास्त लक्ष दिलं असतं.

हा माझा भारताचा झंजावाती दौरा होता कारण मी तिथं फक्त १५ दिवस राहिलो. परंतु एअर इंडियाच्या विमानानं मी जेव्हा न्यूयॉर्कला परतलो तेव्हा मी जणू काही घरी आलोय अशी आनंदाची भावना मला जाणवली. मला भारतात परत जायचं आहे या गोष्टीचा मला अभिमान होता, पण अमेरिकेला परतल्यावर अशी आनंदाची भावना मला प्रथमच झाली होती आणि त्यामुळं मी थोडा ओशाळलो होतो. या भावनेमागं दोन कारणं असू शकतात. एक म्हणजे भारत आणि अमेरिका यांच्या परिस्थितीत मला आढळलेली तीव्र अशी तफावत. दुसरं म्हणजे जरी हुकुमशहा असलेल्या श्रीमती गांधींची सार्वत्रिक निवडणुकीनंतर हकालपट्टी झाली होती तरी दिल्लीत भेटलेल्या भारतीय बुद्धिजीवी

वर्गात मला जाणवलेली एकूण विषण्णता.

किंवा अशीही शक्यता आहे की माझी बायको अमेरिकेत होती आणि मला तिच्याकडं लवकरात लवकर परत जायचं होतं. काहीही असो अमेरिकेला परत येण्याची ही आनंदाची भावना अतिशय प्रबळ होती.

तरीही मी जेव्हा गेन्सव्हिलला पोचलो तेव्हा भारतात काय करता येणं शक्य आहे या विषयीच्या उत्साहानं मी भारला गेलो होतो. मला आता ते आठवत नाही पण नंदिनीनं मला नंतर सांगितलं की माझ्या भारतवारीबद्दल आणि मला वाटणाऱ्या उत्साहाबद्दल मी जवळजवळ दोन दिवस अखंड बोलत होतो.

मी गेन्सव्हिलला परतल्यानंतर लगेचच भारत सरकारचे एक उच्चपदस्थ ऊर्जा तज्ज्ञ आमची सौर प्रयोगशाळा पहायला आणि डॉ. फार्बरना भेटायला आले. मी त्यांना आय.एस.इ.एस.च्या परिषदेच्या दरम्यान दिल्लीत भेटलो होतो. त्यांच्यासाठी राइट्झ युनियनच्या अतिथीगृहात एका रात्रीसाठी १५ डॉलर या दरानं दोन दिवस रहाण्यासाठी मी आरक्षण केलं होतं. पण त्यांना पैसे वाचवायचे असल्यामुळं त्यांनी आमच्याकडं रहाण्याचा आग्रह धरला.

आम्ही एक झोपायची खोली आणि एकत्रित स्वयंपाकघर आणि बैठकीची खोली असलेल्या विवाहित विद्यार्थ्यांसाठीच्या सदनिकेत रहात असू. त्यामुळं हे भारत सरकारचे उच्चपदस्थ अधिकारी दोन दिवस आमच्या बैठकीच्या खोलीच्या जमिनीवर झोपले. भारत सरकार त्यांच्या प्रवास आणि रहाण्याच्या खर्चासाठी सर्व पैशांची तरतूद करत होतं तरी असे काही लोक थोडे डॉलर वाचवण्यासाठी जसे वागत होते ते कीव करण्यासारखं होतं. नंतर जेव्हाजेव्हा मी या अधिकाऱ्यांना भेटत असे तेव्हा ते आमच्याकडं कसे राहिले होते याचा उल्लेख करत असे तेव्हा ते अतिशय लाजिरवाणे होत.

मी भारतातून परत आलो तेव्हापासून माझी पी.एच्.डी. संपेपर्यंत जवळजवळ एक वर्षाचा कालावधी होता. हा काळ माझ्यासाठी सगळ्यात फलदायी होता. माझ्या पी. एच.डी.च्या कामात माझा जास्त करून वेळ माझ्या पी.एच.डी.च्या कामात जात असला तरी मी विविध विषयांवर विस्तृत लेखन केलं आणि वेगवेगळ्या प्रकल्पांचा विकास करण्यातही मी बराच सक्रिय होतो. याच काळात मला गुरुत्वाकर्षणाबद्दल कुतूहल वाटू

लागलं आणि म्हणून मी त्या विषयावरही खूप वाचन केलं.

एक दिवस १९७८ च्या पानगळीच्या (शरद) ऋतूत दुपारच्या जेवणानंतर माझ्या सदनिकेतून मी ऑफिसात परत येत असताना एकाएकी माझ्या मनात विचार आला की मानवी विचारप्रक्रिया आणि गुरुत्वाकर्षण यांच्या गुणधर्मांमध्ये साम्य आहे. हा विचार माझ्या मनात प्रचंड तीव्रतेनं आला आणि पुढचे ३-४ महिने मी या विषयात बुडून गेलो. डॉ. फार्बर या विषयांतरानं घाबरून गेले आणि त्यांनी मला बजावलं की मी माझी कार्यशक्ती या दीर्घकालीन उपक्रमाकडं वळवली तर मला माझी पी.एच्.डी. पूर्ण करणं शक्य होणार नाही. मी त्यांचा सल्ला मनावर घेतला आणि माझी पी.एच्.डी. मार्च १९७९पर्यंत पुरी केली. तरीसुद्धा मानवी विचारप्रक्रिया आणि गुरुत्वाकर्षण यांच्यामधील परस्परसंबंधांबद्दलच्या या प्रभावी संकल्पनेनं मी जवळजवळ १३ वर्षांपूर्वी सोडून दिलेल्या माझ्या अध्यात्माच्या शोधाकडं मला पुन्हा ढकललं. हा अध्यात्माचा शोध आजही चालू आहे आणि त्याची निष्पत्ती २००४मध्ये एका पुस्तकाच्या प्रकाशनात झाली. पण ती एक वेगळी गोष्ट आहे!

मार्च १९७९मध्ये माझा पी.एच्.डी. चा डिफेन्स पार पडला. मी साधा शर्ट आणि पँट घातली होती. माझ्या समितीतल्या काही सभासदांनी मी त्या प्रसंगाला अनुरूप असा सुटासारखा औपचारिक पोशाख का घातला नाही अशी शेरेबाजी केली. मी त्यांना सांगितलं की मी काय घातलंय यावर भर न देता माझं सादरीकरण ऐकण्यात त्यांना जास्त स्वारस्य असलं पाहिजे. माझ्या उद्धटपणाला खरंच काही मर्यादा नव्हती. मला किंवा माझ्या प्राध्यापकांना अशा भव्यदिव्य समारंभात काही रुची नसल्यामुळं मी जून १९७९मध्ये पार पडलेल्या पदवीदान समारंभालाही गेलो नाही.

मी नशीबवान होतो कारण डॉ. फार्बर यांनी माझ्या प्रबंधाच्या कामात कधीही ढवळाढवळ केली नाही. मी माझा विषय निवडला आणि त्यांच्याकडून किंवा माझ्या समितीच्या कोणाही सभासदाकडून कमीत कमी मदत घेऊन माझ्या प्रबंधाच्या समर्थनार्थ झालेल्या बैठकीपर्यंत मी त्यावर काम केलं. मला वाटतं डॉ. फार्बरनाही माझा आत्मनिर्भर स्वभाव आवडला. जेव्हा त्यांनी माझा प्रबंध प्रथमच वाचला तेव्हा मी केलेलं एकूण काम आणि त्याचा दर्जा पाहून खरं म्हणजे त्यांना सुखद आश्चर्य वाटलं. त्यामुळं मी माझ्या अंत:प्रेरणेनुसार इतर कोणत्याही विद्यापीठात न जाता युएफ् मध्येच टिकून राहिलो याचा मला आनंद वाटला.

डॉ. फार्बर यांच्याबरोबर काम करणं ही अवघड गोष्ट होती. पण तरीही ते श्रेष्ठ अभियंता आणि नवोन्मेषक असल्यानं मी त्यांच्याकडून खूप गोष्टी शिकलो. कोणाही व्यक्तीकडून आपण चांगल्या गोष्टी घेण्याचा प्रयत्न केला पाहिजे यावर मी नेहमी विश्वास ठेवला. त्यांच्यातील नकारात्मक गोष्टींकडं मी दुर्लक्ष करत असे. अशा गोष्टींवर लक्ष केंद्रित केलं तर त्यातल्या काही आपल्याला चिकटण्याचा धोका असतो. हे तत्त्वज्ञान अनुसरणं सोपं नाही पण असं करता आलं तर प्रचंड ज्ञानार्जन करता येतं. मी जेव्हाकेव्हा युएफ़् ला भेट देतो तेव्हा डॉ. फार्बरना भेटल्याशिवाय रहात नाही. ते आता निवृत्त झाले आहेत आणि जुन्या आठवणींना उजाळा देत आम्ही अनेक आनंदी तास घालवतो.

युएफ़् मध्ये माझ्या पदवीसाठी काम करण्यात मी जी साडेचार वर्षं घालवली ती माझ्या आयुष्यातील सगळ्यात सुखासमाधानाची होती. काही जबाबदारी किंवा काळजी नसताना ज्या प्रचंड बौद्धिक घडामोडी माझ्या मेंदूत घडल्या त्यामुळं मला अपरिमित आनंद मिळाला.

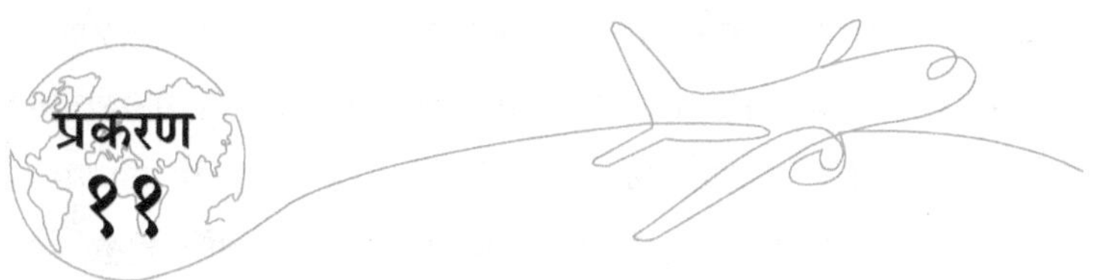

युएफ् मध्ये अध्यापन

माझी पी.एच्.डी. संपण्याच्या शेवटच्या टप्प्यात डिसेंबर १९७८ मध्ये अशी अफवा ऐकण्यात आली की डॉ. फार्बरना यूएसएआयडीकडून विकसनशील देशातील शास्त्रज्ञांना आणि अभियंत्यांना पर्यायी ऊर्जा तंत्रज्ञानाबद्दल शिकवण्यासाठी एक केंद्र प्रस्थापित करण्याचं मोठं कंत्राट मिळणार आहे. पुढे या केंद्राचं ट्रेनिंग इन अल्टरनेटिव्ह एनर्जी टेक्नॉलॉजीज(टीएईटी) असं नामकरण करण्यात आलं.

वॉशिंग्टन डीसीहून आलेल्या पथकानं १९७९ साली आमच्या प्रयोगशाळेला भेट दिली आणि त्यांना सर्व उपलब्ध सुविधा आणि संसाधनं दाखवण्यात आली. मला त्यांना भेटण्यासाठी आणि मी सुरू केलेल्या आंतरविद्याशाखीय भाषणमालिकेबद्दल चर्चा करण्यासाठी विशेष आमंत्रण देण्यात आलं. हे केंद्र युएफ् ला देण्याविषयी त्या पथकाला जरा शंका वाटत होती कारण डॉ. फार्बर पर्यायी ऊर्जेच्या क्षेत्रातल्या फक्त सौर औष्णिक ऊर्जेच्या पैलूवर भर देतील असं त्यांना वाटलं. त्यामुळं त्यांना असं सांगण्यात आलं होतं की या कार्यक्रमात मी एक प्रमुख अध्यापक असणार होतो आणि मी जी भाषणमालिका सुरु केली होती त्यामुळं नवीकरणीय ऊर्जेच्या सर्व पैलूंचा अभ्यासक्रमात अंतर्भाव करता येईल. याव्यतिरिक्त भारतातून आलेलो असल्यामुळं मला विकसनशील देशांच्या दृष्टिकोनातून विचार करता येईल असं गृहीत धरण्यात आलं होतं. ही कारणमीमांसा आणि विद्यापीठानं केलेले युक्तिवाद त्या पथकाच्या बहुतेक गळी उतरले आणि जूनच्या अखेरीला कधी तरी हे केंद्र आम्हाला मिळण्याची चांगली शक्यता आहे असं आम्हाला कळवण्यात आलं. हा पाच वर्षांचा २५ लाख डॉलरचा प्रकल्प होता आणि मेकॅनिकल इंजिनियरिंगमधला हा त्या काळच्या सगळ्यात मोठया प्रकल्पांपैकी एक होता.

कार्टर यांच्या अध्यक्षपदाच्या काळात विकसनशील देशांमधल्या उच्चपदस्थ ऊर्जानियोजक आणि सरकारी अधिकाऱ्यांना नवीकरण ऊर्जा साधनं हाताळण्याचं प्रशिक्षण देण्यासाठी अमेरिकेत असं केंद्र प्रस्थापित करण्याची गरज युएसअेआयडीला भासली. कॉर्नेल, बर्कली इ. सारखी उच्च श्रेणीची विद्यापीठे हे केंद्र मिळवण्याच्या स्पर्धेत होती. तेव्हा ते युएफ् ला आणणं ही डॉ. फार्बर यांची मोठी कामगिरी होती.

तेव्हा सप्टेंबर १९७९ मध्ये या प्रकल्पाला मंजुरी मिळाल्यावर, डॉ. फार्बरनी एक अध्यापक म्हणून मला या केंद्रात नेमण्याचं ठरवलं आणि मी या कार्यक्रमाचा एक भाग झालो. पुढच्या काही महिन्यांत आणखी दोन अध्यापकांची नेमणूक होऊन आमचा चार अध्यापक (डॉ. फार्बर यांच्यासह) आणि चार कार्यालयीन कर्मचारी असा संपूर्ण चमू तयार झाला. कॅम्पसबाहेरच्या केंद्रात हा टीएईटीचा कार्यक्रम हलवायचंही निश्चित झालं. मुख्य विद्यापीठ परिसरापासून ट्रीओ केंद्र जवळजवळ १० मैलांवर होतं. तिथं नवी कोरी, सर्व सुविधांनीयुक्त अशी कार्यशाळा, प्रशिक्षण अभ्यासक्रम, परिसंवाद वगैरे आयोजित करण्यासाठी इमारत व जागा होती.

भरती केलेल्या अध्यापकांपैकी एक होता इंकी लॉकटेक्. इंकीनं नासामध्ये काम केलं होतं आणि त्याला प्रयोगशाळा प्रशिक्षक म्हणून घेतलं होतं. तो अतिशय स्थूल होता. त्याचं वजन जवळजवळ ३२५ पौंड होतं आणि त्याला खाण्याची फार आवड होती. उपाहारगृहात घडलेल्या काही अतिशय विनोदी घटना मला आठवतात. एक दिवस आम्ही दुपारी जेवायला गेन्सव्हिलमधल्या पिझ्झा हटमध्ये गेलो. इंकीनं मध्यम आकाराचा जाड सुपर पिझ्झा मागवला. वाढणाऱ्या महिलेनं माझ्याकडं वळून प्यायला काय घेणार म्हणून विचारलं तेव्हा मी म्हटलं मला अजून जेवण मागवायचय. तिनं माझ्याकडं अविश्वासानं पाहिलं आणि विचारलं की तुम्हाला असं म्हणायचय का की तो पिझ्झा हा गृहस्थ एकट्यानं खाणार आहे?

इंकीच्या सौजन्यानं आम्ही गेन्सव्हिलमधल्याच नव्हे तर जेव्हा टेअेईटीच्या प्रशिक्षणार्थींना घेऊन जायचो तेव्हा इतर शहरातल्या सर्वोत्कृष्ट उपाहारगृहांतील जेवणाचाही आस्वाद घेतला. कोणत्याही शहराला भेट देण्याआधी तो त्या शहराची मासिकं घेऊन तेथील उपाहारगृहांचा समग्र अभ्यास करीत असे. मोठा थोरला स्टेक (मांसाचा भाजलेला तुकडा) तो काही मिनिटांतच फस्त करू शकत असे.

१९८४ साली इंकी आम्हाला भेटायला फलटणला आला. आम्ही नुकतेच आमच्या नव्या घरी राहायला आलो होतो आणि गावात चांगलं जेवण मिळणाऱ्या जागा जवळजवळ नव्हत्याच म्हटलं तरी चालेल. आमच्या घरात आठवडाभर बिचाऱ्याला सक्त शाकाहारी जेवणावर उदरनिर्वाह करावा लागला. त्याच्या सगळ्या विजारी सैल झाल्या. त्या दिवसांत माझ्याकडे मोटारगाडी नव्हती आणि त्याला फलटण पहायचं होतं म्हणून मी त्याला एक सायकल दिली. त्यानं गावभर ती सायकल फिरवली. त्या दिवसांत गावात एक सर्कस आली होती आणि इंकीच्या मते सर्कस पहायला आलेल्या लोकांपेक्षा त्याला सायकल चालवताना पहायला किती तरी जास्त लोक जमले होते. शिवाय तो परत आला तेव्हा त्याच्या वजनामुळं सायकल वाकून तिचा आकारच बिघडला होता.

फलटणमध्ये असताना त्यानं हापूस आंबा चाखला आणि तो त्याला फार आवडला. तेव्हा अमेरिकेला जाताना त्यानं एक डझन आंबे नेले. अर्थातच न्यूयॉर्कमधील विमानतळावर सीमाशुल्क अधिकाऱ्यांनी त्याला थांबवून ते फेकून द्यायला सांगितलं. तेव्हा तो शांतपणे एका बाकावर बसला आणि त्यानं ते एक डझन आंबे फस्त केले. तो अतिशय आनंदी आणि चांगल्या स्वभावाचा होता, पण दुर्दैवानं १९९८ साली कर्करोगानं त्याचं निधन झालं.

टीएईईटीसाठी माझी नेमणूक होण्याआधीही मी शिकवत होतो आणि मला त्यात आनंद वाटत असे. मी डॉ. फार्बर यांचा पदवीधर सहाय्यक होतो आणि ते केव्हाही गावाला गेले – जे बरंच नियमितपणं होत असे - की त्यांच्या वर्गांना शिकवत असे.

विद्यार्थ्यांना माझं शिकवणं आवडत असावं, कारण एकदा मेकॅनिकल इंजिनिअरिंग डिपार्टमेंटच्या चेअरमनांकडं जाऊन त्यांनी त्यांना विनंती केली की मी ऊर्जेवर आणि विशेषत: बायोमिमिक्रीशी निगडीत असा एक वेगळा अभ्यासक्रम शिकवावा. चेअरमननं त्यांना सांगितलं की अनिल अजून एक विद्यार्थी आहे तर तो वेगळा पाठ्यक्रम कसा शिकवू शकेल. काही का असेना माझ्या अधूनमधून शिकवण्याचा काही विद्यार्थ्यांवर तरी चांगलाच प्रभाव पडला असावा कारण जवळजवळ ३० वर्षांच्या कालावधीनंतर नुकताच मला एका अमेरिकन विद्यार्थ्याकडून एक ईमेल मिळाला. त्यानं मला शोधून काढून माझ्या शिकवण्यामुळं त्याला कशी मदत झाली आणि प्रेरणा मिळाली म्हणून माझे आभार मानले होते.

मी युएफ् चा कर्मचारी झालो असल्यामुळं माझ्या प्रवेश परवान्याची (व्हीजा) स्थिती विद्यार्थी (एफ्-१) वरून ग्रीन कार्ड किंवा एच्-१ मध्ये बदलणं क्रमप्राप्त होतं. ग्रीनकार्ड घेण्याला माझा विरोध होता कारण एकदा ते घेतलं की माझी खात्री होती की मी भारतात परतणार नाही. माझ्या या निर्णयानं युएफ् च्या व्यवस्थापनाला अतिशय आश्चर्य वाटलं. सामान्यत: ग्रीन कार्ड मिळवायला लोकांची काहीही करायची तयारी असे आणि इथं मला ते मिळण्याची संधी होती ती मी नाकारत होतो. पण मी नेहमीच एक मूर्ख आणि अहंकारी व्यक्ती होतो.

म्हणून युएफ् च्या प्रशासनानं ग्रीन कार्डऐवजी एच्-१ व्हीजासाठी लागणारी कागदपत्रं तयार केली. त्यानंतर माझा एफ्-१ विद्यार्थी व्हीजा एच्-१मध्ये परिवर्तित करण्यासाठी त्यांनी जॅक्सनव्हिलमधल्या इमिग्रेशन अधिकाऱ्यांबरोबर माझी भेट आयोजित केली. जॅक्सनव्हिलमधला इमिग्रेशन अधिकारी ही अतिशय असभ्य आणि उद्धट व्यक्ती असल्याबद्दलही मला पूर्वसूचना देण्यात आली होती. तेव्हा ठरलेल्या दिवशी दुपारच्या मुलाखतीसाठी गेन्सव्हिलहून बस घेऊन मी इमिग्रेशन कार्यालय गाठलं.

त्यांच्या लौकिकाप्रमाणं इमिग्रेशन अधिकारी कार्लाईल अतिशय उर्मटपणं वागले आणि भेटीच्या सुरुवातीलाच त्यांनी "युएफ् नं माझ्यासाठी ग्रीन कार्ड मिळवण्याची प्रक्रिया तर आधीच सुरू केली असणार तेव्हा एच्-१ व्हीजासाठी अर्ज करणं हा फक्त एक कावा आहे" अशा कटु उद्गारांनी केली. मी त्यांना ताबडतोब सांगितलं की, "श्री. कार्लाईल तुमच्या या सुंदर देशात राहण्याची मला अजिबात इच्छा नाही तेव्हा मुलाखतीला सुरुवात करण्याआधीच मला तुम्हाला काही गोष्टी सांगायच्या आहेत. पहिली गोष्ट ही की माझी पत्नी अमेरिकन नागरिक होती आणि त्या नागरिकत्वाचा तिनं त्याग केला. तिनं तिचं नागरिकत्व परत घेण्याचं ठरवलं तर मी आपोआप अमेरिका-निवासी होईन. दुसरं असं की मी युएसएआयडीनं प्रायोजित केलेल्या प्रकल्पात काम करणार आहे आणि मला असं सांगण्यात आलं आहे की मला ग्रीन कार्डची गरज असेल तर ते मिळवायला मला वॉशिंग्टन मदत करेल आणि तिसरं म्हणजे मला जर ग्रीन कार्ड हवं असतं तर विद्यापीठानं एच्-१ व्हीजा ऐवजी त्याच्यासाठी अर्ज केला असता. तेव्हा आता तुम्ही मला हवे तेवढे प्रश्न विचारू शकता.

माझ्या उद्गारांनी ते थक्क झाले कारण अशा परिस्थितीत अर्जदार बहुतेक अतिशय विनयशील आणि नम्र असतात आणि इमिग्रेशन अधिकाऱ्याच्या कलानं वागतात. श्री.

कार्लाईलनी मला सांगितलं की त्यांच्या दीर्घ नागरी सेवा काळात माझ्यासारखी व्यक्ती त्यांना भेटली नव्हती. पुढची ४५ मिनिटं आम्ही युएफ् च्या फुटबॉलबद्दल स्नेहपूर्ण पद्धतीनं चर्चा केली. दुसऱ्या दिवशी युएफ् च्या अधिकाऱ्यांनी मला मी त्या पात्रावर कशी मोहिनी घातली ते विचारलं. कारण त्यांनी त्याच्याशी संपर्क साधला असता तो माझ्याबद्दल अतिशय स्तुतीपर शब्दात बोलला होता. मला ताबडतोब एच्-१ व्हीजा मिळाला. १९८१मध्ये शेवटी भारतात परत जाताना मी श्री. कार्लाईल यांच्याशी दूरध्वनीवर संपर्क करून त्यांना माझ्या जाण्याची बरोबर तारीख सांगितली. आमच्या भेटीत झालेल्या शाब्दिक देवाणघेवाणीबद्दल त्यांनी माझी माफी मागितली आणि म्हणाले की माझ्यासारखे लोक इथंच राहिले तर अमेरिकेचं भलं होईल.

टीएएईटीचा प्रकल्प अधिकृतरित्या सप्टेंबर १९७९मध्ये सुरू होणार असल्यामुळं आमच्या डिपार्टमेंटमध्येच माझी पी.एच्.डी.–पश्चात(पोस्टडॉक) संशोधक म्हणून नेमणूक झाली. अशातऱ्हेनं माझा पी.एच्.डी. डिफेन्स झाल्यापासून माझ्या टीएएईटीच्या नियुक्तीच्या सुरुवातीपर्यंतचे ४-५ महिने बराच प्रवास, युएफ् मध्ये सौरघर उभारणं आणि नवीन दंव संघननाचा प्रयोग सुरू करणं यांच्या धामधुमीत पार पडले.

१९७९च्या उन्हाळ्याच्या सुट्टीत आमच्या भेटीवर आलेल्या माझ्या सासऱ्यांना आम्ही एका परिषदेसाठी कोलोरॅडोतल्या फोर्ट कॉलिन्सला घेऊन गेलो. आम्ही सुमारे १० दिवसांत मोटारगाडीतून गेन्सव्हिलहून डेनव्हरला जाऊन परत आलो. एक दिवस तर मी जवळजवळ १००० मैल गाडी चालवली. अमेरिकेत मोटारगाडी चालवणं हा अतिशय आनंददायी अनुभव होता आणि स्वस्त पेट्रोलमुळं कमी खर्चाचाही. त्या दिवसांत अमर्याद अंतर प्रवास करण्यासाठी दिवसाला २५ ते ३० डॉलरमध्ये मध्यम आकाराची गाडी भाड्यानं घेता येत असे.

या प्रवासात गोल्डन, कोलोरॅडो येथे असलेल्या त्याकाळी सोलर एनर्जी रिसर्च इन्स्टिट्यूट (सेरी) अशा नावाच्या संस्थेलाही मी भेट दिली. या संस्थेचं नाव नंतर नॅशनल रिन्युएबल एनर्जी लॅबोरेटरी (एनआरईएल) असं बदलण्यात आलं आणि हल्ली या प्रयोगशाळेला भेट देण्यासाठी विशेष परवानगी घ्यावी लागते. त्या दिवसांत बहुतेक सगळ्या राष्ट्रीय प्रयोगशाळांना भेट देऊन विविध शास्त्रज्ञांशी त्यांच्या प्रकल्पांबद्दल चर्चा करणं अतिशय सोपं होतं. नंतर भेट देणाऱ्या पाहुण्यांवरच्या रेगन काळात दुर्दैवानं सुरू झालेल्या निर्बंधांचा तेव्हा लवलेशही नव्हता.

मी सेरीच्या औष्णिक विज्ञान विभागाला भेट दिली आणि १९७७ च्या उत्तरार्धात ती प्रयोगशाळा नुकतीच सुरू झाली असल्यामुळं ते कर्मचाऱ्यांच्या शोधात होते. तेव्हा प्रयोगशाळेच्या फेरफटक्यानंतर संबंधित शास्त्रज्ञ मला उपसंचालकांकडं घेऊन गेले. आम्ही बराच वेळ गप्पागोष्टी केल्यावर त्यांनी एकाएकी मला सेरीमध्ये नोकरी देऊ केली. त्या अल्प काळाच्या भेटीत काय कारण असेल ते असो पण त्यांना मी आवडलो आणि त्यांनी वाहनतळावरची माझी गाडी उभी करायची जागाही दाखवली. मी नम्रपणं त्यांच्या प्रस्तावाला नकार देऊन त्यांना सांगितलं की नव्यानं बनलेल्या टीएईटी केंद्रात मी शिकवणार होतो आणि नंतर दोन एक वर्षात भारतात परत जाणार होतो. सेरीच्या उपसंचालकांना माझा बेत ऐकून वाईट वाटलं आणि ते मला म्हणाले की टीएईटीमध्ये शिकवण्यापेक्षा सेरीमध्ये संशोधकाचं पद केव्हाही चांगलं होतं. ते शेवटी म्हणाले "तुम्हाला युएफ् मध्ये कधीही गुदमरल्यासारखं वाटलं तर मला फोन करा आणि आम्ही तुम्हाला सेरीमध्ये घेऊ".

वस्तुत: या सहलीदरम्यान सौर ऊर्जेचे आणखी एक आद्य प्रवर्तक डॉ. लॉफ यांच्याबरोबर काम करायला फोर्ट कॉलिन्स येथील कोलोरॅडो स्टेट युनिव्हर्सिटीमध्ये अध्यापकाचं पदही मला देऊ करण्यात आलं होतं. डॉ. फार्बर यांच्या हाताखाली पी.एच्.डी. मिळवणं या माझ्या जमेच्या बाजूमुळं या सर्व नोकऱ्या मला देऊ करण्यात आल्या होत्या. याचा सगळ्यात चांगला भाग म्हणजे मी न मागता त्या चालून आल्या. खरं तर मी माझी पी.एच्.डी. संपवल्यासंपवल्या जगप्रसिद्ध बेल लॅब्जमध्येही मला चांगलं पद देऊ करण्यात आलं होतं. कारण तिथल्या एका वरिष्ठ व्यवस्थापकांनी काही काळापूर्वी युएफ् च्या मेकॅनिकल इंजिनिअरिंग विभागातून पी.एच्.डी. केली होती. त्याकाळी नूतनीकरणक्षम ऊर्जेच्या क्षेत्रात पी.एच्.डी. केल्यावर नोकरी मिळणं बरंच सोपं होतं आणि माझी खात्री आहे की मला जर हवं असतं तर कोणत्याही विद्यापीठात अध्यापकाचं चांगलं पद मिळालं असतं.

तथापि मला भारतात परत जाण्याची खात्री होती आणि विकसनशील देशांतल्या शास्त्रज्ञांना आणि अभियंत्यांना शिकवण्याचा टीएईटीमधला अनुभव माझ्यासाठी सर्वोत्तम पी.एच्.डी.-पश्चात (पोस्टडॉक) काम होईल असं मला वाटलं.

आम्हाला टीएईटी केंद्र मिळणार असल्यामुळं युएफ् परिसरात सगळीकडं विखुरलेली सौर ऊर्जा साधनसामग्री आणि प्रकल्प एका ठिकाणी एकत्रित करायचं आम्ही ठरवलं.

आम्हाला असंही वाटलं की या मोठ्या अनुदानानंतर युएफ् मधलं सौर ऊर्जेवरचं काम पुढं वाढेल आणि म्हणून आम्ही एक सौर ऊर्जा पार्क स्थापित करायचं ठरवलं. तो सामावून घेण्यासाठी युएफ् नं त्यांच्या परिसराबाहेर पण लगतच एक २३ एकरांवरची सुविधा उपलब्ध करून दिली. परिणामी आमच्या सौर गटातले मी आणि एक पदव्युत्तर विद्यार्थी यांना या पार्कमध्ये एक सौर घर आणि उपकरणं प्रस्थापित करण्याचं काम देण्यात आलं.

अशा प्रकारे सौर ऊर्जेनं गरम आणि थंड केलेलं सौर घर आम्ही उभारलं, शिवाय इतर सौर उपकरणं प्रदर्शित करण्यासाठी बऱ्यापैकी मोठी काँक्रीटची लादीही तयार केली. डॉ. फार्बरनी सौर घर गेन्सव्हिलमध्ये मुळात १९७०च्या दशकाच्या प्रारंभी स्थापित केलं होतं आणि सौर ऊर्जेनं पूर्णपणे वातानुकूलित असं ते अमेरिकेतलं पहिलंच घर होतं. ते घर गेन्सव्हिलमधल्या एका प्रमुख रस्त्यालगत होतं आणि त्या रस्त्याचं चौपदरी महामार्गात रुपांतर झाल्यावर ते घर ऊर्जा पार्कमध्ये स्थलांतरित करण्यात आलं. अमेरिकन सोसायटी ऑफ मेकॅनिकल एंजिनिअर्स (एएसएमई)नं त्याच्या महत्त्वामुळं २००३ साली त्याला राष्ट्रीय महत्त्वाची इमारत म्हणून घोषित केलं.

तेव्हा सौर उपकरणांच्या प्रदर्शनासाठी मी आणि त्या पदव्युत्तर विद्यार्थ्यानं ५०X३० फुटाची काँक्रीटची लादी टाकली. शिवाय सौर घराच्या छपरावर आम्ही सौर संग्राहक बसवले आणि सौर ऊर्जेनं घर गरम व थंड करण्यासाठी सर्व नलिकांची जोडणी करून प्लमिंगही केलं. या कामाला जवळजवळ दोन महिने लागले. काँक्रीटची लादी टाकण्यासाठी लागणारी माती हलवायची यंत्रं कशी वापरायची, तांब्याच्या नलिकांची वितळ-जोडणी कशी करायची (सुमारे १५०० जोडण्या) आणि प्लमिंगची एकंदर यंत्रसामग्री आणि सौर प्रणाली यांबद्दल मला खूप काही शिकायला मिळालं. विविध साधनं वापरण्याचा प्रत्यक्ष अनुभव देणं ही आमच्या प्रयोगशाळेची परंपरा होती आणि युएफ् ला येण्याच्या माझ्या प्रमुख कारणांपैकी ते एक होतं. दुर्दैवानं अशातऱ्हेचं प्रशिक्षण मिळणं अधिकाधिक दुर्लभ होत चाललं आहे आणि हल्ली तर अभियांत्रिकी शिक्षण घेणारे बहुतेक विद्यार्थी स्वत:चे हात कधीच खराब न करता पदवी मिळवत आहेत. वस्तुत: पी.एच्.डी.साठीचे माझे सर्व प्रयोग मी स्वत: आयोजून तयार केले होते, आणि आमच्या प्रयोगशाळेतले इतर विद्यार्थीही आपापल्या प्रयोगांसाठी असंच करीत असत.

या प्रत्यक्ष प्रयोग करून मिळालेल्या व्यावहारिक प्रशिक्षणामुळं मला टीएईटीच्या कार्यक्रमातल्या सहभागी व्यक्तींना यंत्रसामग्रीबद्दल शिकवायलाच नाही तर मी महाराष्ट्रातल्या फलटणला परतल्यावर माझी प्रयोगशाळा उभारायला मदत झाली. जणू काही ग्रामीण भारतात परतायला माझी तयारी करून घेण्यात येत होती.

याच काळात एक मजेदार घटना घडली. आमची सौर ऊर्जेची प्रयोगशाळा पहायला तीन चिनी उच्चपदस्थ प्रतिनिधींचं मंडळ आलं होतं. बहुतेक वेळा परदेशी प्रतिनिधीमंडळ आमच्या प्रयोगशाळेला भेट द्यायला आल्यावर डॉ. फार्बर त्यांना सर्व गोष्टी दाखवायला मला सांगत असत. आमची प्रयोगशाळा जगप्रसिद्ध असल्यामुळं बरीच परदेशी प्रतिनिधीमंडळं भेट द्यायला येत असत आणि त्यांना सगळं दाखवण्याचं काम मी आनंदानं करत असे. आशियातल्या प्रतिनिधीमंडळांना भेटायला का कोण जाणे डॉ. फार्बर विशेष उत्सुक नसत.

चिनी प्रतिनिधीमंडळाचे प्रमुख एक श्री. वू नावाचे गृहस्थ होते. ते चिनी साम्यवादी (कम्युनिस्ट) पक्षाचे सभासदही होते. ते उत्तम इंग्रजी बोलत होते आणि १९४९ साली कॅलिफोर्निया इन्स्टिट्यूट ऑफ टेक्नॉलॉजी(कॅलटेक) मधून मेकॅनिकल इंजिनिअरिंगची मास्टर्स पदवी प्राप्त केल्याचं त्यांनी मला सांगितलं. इतर दोन सौर ऊर्जा संशोधकांनी इंग्रजी येत नसल्याचं ढोंग केलं पण नंतर चुकून बोलल्यानं त्यांनाही चांगलं इंग्रजी बोलता येत असल्याचं आमच्या लक्षात आलं. ते सगळेच लबाड असल्याचं वास्तविकत: माझ्या लक्षात आलं होतं.

ते प्रयोगशाळेला भेट द्यायला आले त्याच दिवशी अमेरिका आणि चीन यांनी आपापल्या राजधान्यांमध्ये त्या देशाचा दूतावास प्रस्थापित केला होता आणि त्यामुळं विद्यापीठ परिसरात फोटो काढण्याच्या बऱ्याच संधी चालून आल्या.

सुरुवातीला श्री. वू बरंच हातचं राखून वागत होते कारण एक भारतीय व्यक्ती त्यांना सगळं दाखवेल अशी अपेक्षा त्यांनी केली नव्हती, पण माझ्या वडिलांच्या माओ अन झाऊ एन् लाय यांच्याशी असलेल्या अप्रत्यक्ष संबंधांबद्दल त्यांना सांगितल्यावर त्यांची माझ्या प्रतीची वागणूक लवकरच अधिक स्नेहपूर्ण झाली.

१९३०च्या दशकात माओच्या 'लाँग मार्च' च्या दरम्यान डॉ. अटल यांनी चीनला भेट दिली होती, माओ आणि झाऊ एन् लाय दोघंही गंभीररित्या आजारी असताना त्यांनी

त्यांच्यावर वैद्यकीय उपचार केले होते आणि त्यामुळं ते त्यांच्या प्रती सदैव कृतज्ञ होते व म्हणून ते त्यांचे जवळचे वैयक्तिक मित्र बनले होते. डॉ. अटल यांचा अर्धपुतळा बीजिंग येथील तियानानमेन चौकात उभारण्यात आला होता असं मला सांगण्यात आलं होतं. मला अजूनही आठवतयं की १९६०च्या दशकाच्या सुरुवातीला भारत आणि चीन यांच्यामधील संबंध खालावलेले होते तेव्हा शेवटचा उपाय म्हणून पंतप्रधान नेहरूंनी माओ आणि झाऊ एन् लायसमोर आपली बाजू मांडण्यासाठी डॉ. अटलना पाठवलं. डॉ. अटलना अतिशय चांगली वागणूक देण्यात आली पण त्या दोघांवर डॉ. अटल यांच्या शिष्टाईचा कसलाही परिणाम झाला नाही. किंबहुना या सफरीहून जेव्हा ते लखनऊला परत आले तेव्हा त्यांनी माझ्या वडिलांना माओनं त्यांना भेट म्हणून दिलेलं ग्रीन टीचं लहान पाकीट दिलं.

माझी श्री. वू यांच्याशी मैत्री झाली तसं त्यांनी मला चार जणांच्या टोळीमुळं चीन तंत्रज्ञानात अप्रगत कसा राहिला हे सांगायला सुरुवात केली. त्यांचा रोख अर्थातच डेंग शाऊ पिंग यांच्या विरोधात कट करणाऱ्या माओच्या पत्नीसह 'गँग ऑफ फोर' म्हणवले जाणाऱ्या चार नेत्यांवर होता. दिवसभर 'गँग ऑफ फोर' चा उल्लेख करणं हे श्री. वू यांचं अखंड पालुपदच बनलं होतं. ते चीनपासून जवळजवळ १०००० मैल दूर होते आणि त्यामुळं 'गँग ऑफ फोर' बद्दलची अधिकृत पोपटपंची करण्याची त्यांना गरज नव्हती, असं त्यांना सांगण्याचा मी प्रयत्न केला. परंतु माझ्या अंदाजाप्रमाणं साम्यवादी राजवटीचे अवशेष अजून चांगलेच अस्तित्वात होते आणि त्यामुळं त्या शिष्टमंडळातले सर्वजण एकमेकांवर चोरून नजर ठेवून होते. मला सगळ्यात आश्चर्य कशाचं वाटलं असेल तर ते ह्याचं की श्री. वू हे मुख्य कार्यकारी समिती (पोलितब्युरो) चे सभासद होते आणि माओ आणि इतर चिनी नेत्यांशी त्यांचे निकटचे संबंध असणार परंतु नेतृत्वबदलानंतर अचानकपणं त्यांनी श्री. डेंग यांचा आर्थिक उदारीकरणाचा पक्षाचा नवा मंत्र जपायला सुरुवात केली होती.

मी त्यांना आमची प्रयोगशाळा दाखवत असताना माझ्या डोळ्याच्या एका कोपऱ्यातून मला दिसलं की त्यांच्यातल्या एकानं सौर संग्राहकात वापरल्या जाणाऱ्या इन्सुलेशनचा एक छोटासा तुकडा खिशात टाकला. तेव्हा मी त्या इन्सुलेशनचा एक चौरस फुटाचा तुकडा त्यांना देऊन सांगितलं की युएफ् च्या सौर प्रयोगशाळेकडून तो त्यांना भेट म्हणून देण्यात येत आहे. त्या सर्वांचे चेहरे शरमेनं लालेलाल झाले आणि त्यांनी पुटपुटत

दिलगिरी व्यक्त केली. यावेळी ते इतर दोघंही उत्तम इंग्रजी बोलले.

जून १९७९मध्ये ऑटलांटा येथे झालेल्या आंतरराष्ट्रीय सौर ऊर्जा संघटनेच्या (आयएसईएस) परिषदेत मला श्री. वू परत दिसले. चीनची लोकप्रियता वाढीला लागली असल्यामुळं या वेळेपर्यंत अमेरिकन लोकांमध्ये चिनी लोकांची मर्जी संपादन करण्याची अहमहमिका लागली होती. तेव्हा आयएसईएसच्या परिषदेत श्री. वू यांचं चीनच्या सौर ऊर्जा संशोधनाबद्दलच्या प्रयत्नांसंबंधीचं भाषण ऐकण्यासाठी एक विशेष सत्र ठेवण्यात आलं होतं. त्यांनी आपलं भाषण वाचून दाखवलं आणि इंग्रजी न बोलता येण्याची अडचण पुढं करीत कोणत्याही प्रश्नांना उत्तरं द्यायला नकार दिला. ते उत्कृष्ट इंग्रजी बोलत आणि कोणत्याही प्रश्नांना उत्तर देऊ शकत होते हे मला चांगलं माहीत होतं.

त्यांच्या भाषणानंतर दुपारच्या जेवणाची सुट्टी होती आणि म्हणून बऱ्याच लोकांनी त्यांच्याभोवती गर्दी केल्यामुळं मी त्यांना नंतर भेटायचं ठरवलं. या चीनच्या साम्यवादी पक्षाच्या मुख्य कार्यकारी समितीचे सदस्य असलेल्या त्यांना मी एक तासानंतर अचानक पाहिलं. त्यांच्या हातात भांडवलशाही समाजाची परम प्रतीके-मॅक्डॉनल्डचा हॅम्बर्गर आणि कोकाकोलाचा डबा ही होती. ही विटंबना आणि दृश्य बघण्यासारखं होतं. श्री. वू यांनाही या उपरोधाची चांगलीच जाणीव होती कारण जेव्हा मी त्यांचं छायाचित्र घेण्याचा प्रयत्न केला तेव्हा ते लाल झाले आणि त्यांनी जोरदारपणं त्याचा विरोध केला. माओला त्यांच्या निष्ठावंत अनुयायांबद्दल आपल्या थडग्यातून काय वाटत असेल याचा मी विचार करू लागलो.

सप्टेंबर १९७९ ते जानेवारी १९८० या काळात आम्हाला टीएईटी अभ्यासक्रमाचं साहित्य विकसित करायचं होतं तसंच प्रयोगशाळा स्थापित करून त्यातल्या प्रयोगांची मांडणी करायची होती. हे सगळं करण्याची जबाबदारी माझ्यावर येऊन पडली. त्याचं एक कारण हे होतं की टीएईटी कार्यक्रमाचा लक्षणीय भाग बाह्य व्याख्यात्यांच्या अध्यापनावर अवलंबून होता. त्यापैकी बहुसंख्यांशी माझी आधीच ओळख होती आणि त्यांना आमंत्रण दिल्यावर त्यांनी तत्परतेनं होकार दिला. त्यातले बरेचसे व्याख्याते युएफ्‌ मध्येच ख्यातनाम प्राध्यापक होते आणि मी त्यांना बहुविद्याशाखीय परिसंवादासाठी निमंत्रित करत असे. शिवाय डॉ. फार्बर यांच्या मतप्रणालीशी मी चांगला परिचित असल्यानं काय शैक्षणिक साहित्य विकसित करायचं हे मला चांगलं माहीत होतं.

अभ्यासक्रमाची रूपरेषा लिहिणं आणि वेळापत्रक तयार करणं याव्यतिरिक्त माझ्या दिवसाचे जवळजवळ ८-१० तास आमच्या प्रयोगशाळेसाठी साहित्य मागवणं आणि अमेरिकेतल्या निरनिराळ्या ठिकाणच्या ऊर्जा तज्ज्ञांना येऊन आमच्या कार्यक्रमातल्या सहभागींना व्याख्यान देण्याची बाबापुता करून विनंती करणं यात जात असे. आमचा सौर ऊर्जेचा कार्यक्रम अतिशय प्रसिद्ध असल्यामुळं आणि त्यातले बरचसे तज्ज्ञ माझ्या ओळखीचे असल्यामुळं त्यांना येऊन व्याख्यान द्यायला उद्युक्त करणं हे त्या काळी फार अवघड नव्हतं. शिवाय आम्ही त्यांना येण्याजाण्याचं विमानभाडं व प्रत्येक व्याख्यानासाठी २०० डॉलरचं मानधन देऊन रात्री हॉटेलात रहाण्याची व्यवस्थाही करत असू. अशातऱ्हेनं टीएईटी कार्यक्रमात व्याख्यान देण्यासाठी आम्ही काही जगविख्यात तज्ज्ञांना बोलावत असू आणि मी आमच्या डिपार्टमेंटमध्ये चालवत असलेल्या बहुविद्याशाखीय परिसंवादाचा भाग असलेली ही व्याख्यानं नेहमी आमच्या अभ्यासक्रमाचा सगळ्यात लोकप्रिय पैलू मानली गेली होती.

जवळजवळ चार लाख डॉलर खर्च करून चार महिन्यांच्या अल्प कालावधीत आम्ही सर्वोत्कृष्ट दर्जाची नवीकरणीय ऊर्जा प्रयोगशाळा प्रस्थापित केली. इथंच माझ्या लक्षात आलं की पुरेसं पैशाचं पाठबळ असल्यावर जवळजवळ कोणतीही उपकरणं विकत घेऊन अतिशय अल्प कालावधीत कोणत्याही सोयीसुविधा प्रस्थापित करण्याची ताकद अमेरिकन व्यवस्थेत आहे. अशातऱ्हेचं काही मी भारतात केलं नसल्यामुळं त्यावेळी तुलना करणं मला शक्य नव्हतं पण नंतर १९८१मध्ये भारतात परत आल्यावर योग्य अशी चांगली उपकरणं मिळणं ही किती अवघड गोष्ट आहे हे माझ्या लक्षात आलं. जरी ती मिळाली तरी प्रत्यक्ष येऊन पोचायला भरमसाठ वेळ लागत असे.

टीएईटीचं यश मोठ्या प्रमाणावर सहभागींच्या निवडीवर अवलंबून असेल अशी माझी खात्री होती. जरी युएसएआयडी काही सहभागींची निवड करण्यासाठी राजकीय कारणांमुळं आमच्यावर दबाव टाकत असली तरी आम्ही कोणत्याही चांगल्या अमेरिकन विद्यापीठात प्रवेशासाठी पदवीधर विद्यार्थ्यांना कराव्या लागणाऱ्या अर्जाच्या धर्तीवर अर्जाचे नमुने विकसित केले. तेव्हा सहभागींना त्यांचा तपशीलवार बायोडाटा तर पाठवावा लागेच, पण हा अभ्यासक्रम त्यांच्यासाठी का महत्त्वाचा आहे हे विषद करणारं हेतूपत्र तसंच तीन व्यावसायिक लोकांकडून शिफारसपत्रं सादर करणं आवश्यक होतं.

आमच्या कार्यक्रमातले बरेचसे सहभागी ४० विकसनशील देशांतील अतिशय वरिष्ठ सरकारी अधिकारी होते आणि त्यातील काही तर त्यांच्या प्रधानमंत्री किंवा अध्यक्षांचे सल्लागार होते. त्यामुळे असे अर्ज भरण्याच्या आवश्यकतेबद्दल ते तक्रार करत, पण आम्ही मागे हटलो नाही आणि त्यामुळं आम्ही त्यांच्यासाठी तयार केलेल्या अभ्यासक्रमाची भारी मात्रा ज्यांना समजेल आणि आत्मसात करता येईल असे बरेचसे चांगले सहभागी लोक आम्हाला मिळाले.

त्यांनी स्वत:च्या हातांनी काम करावं अशी आमची अपेक्षा असल्यामुळं, त्यातल्या बऱ्याचशांनी विशेषत: आफ्रिकन देशांतील लोकांनी) बंड पुकारलं, कारण ते स्वत:च्या देशांत मोठे अधिकारी असल्यामुळं अशा प्रकारचं काम करायची त्यांना सवय नव्हती! त्यातील काहींनी डॉ. फार्बर आणि युएसएआयडी या दोघांकडं तक्रार केली की सौर संग्राहकांची वितळ-जोडणी करायला ते महाविद्यालयांचे विद्यार्थी किंवा तांत्रिक कामगार नव्हते! तरीसुद्धा बहुसंख्य वेळा अभ्यासक्रमाच्या शेवटीशेवटी हे सहभागी विविध साधनांचा स्वत: वापर करण्याची संधी दिल्याबद्दल आमचे आभार मानीत आणि सांगत की या अभ्यासक्रमानंतर त्यांना नवीकरणीय उर्जेविषयी जास्त चांगली समज आली आणि त्यामुळं स्वत:च्या देशासाठी ते वस्तुनिष्ठ आणि योग्य अशी निवड करायला सक्षम झाले होते.

टीएईटीमध्ये शिकवणं हा अतिशय समाधानकारक पण त्याच वेळी अतिशय नाउमेद करणारा अनुभव होता. समाधानकारक या दृष्टिकोनातून की विकसनशील देशातल्या अभिजनांना शिक्षण देऊन, त्यांना जास्त ज्ञानी बनवल्यामुळं नवीकरणीय उर्जेसंबंधात ते जास्त चांगले निर्णय घेऊ शकत होते. या दृष्टिकोनातून तो फलदायी होता. शिवाय या देशांमध्ये मी अनेक नवे मित्र केले. नंतर मी जेव्हा केव्हा या देशांना भेट देत असे तेव्हा मला खूप आदरानं वागवलं जायचं आणि त्यांच्या आदरातिथ्याचा माझ्यावर वर्षाव होई. त्यातल्या बऱ्याचशांचा स्नेह आजही अबाधित आहे. यांपैकी बहुतेक सगळ्या विकसनशील देशांतील उर्जा समस्यांबद्दल मला प्रत्यक्ष शिकायला मिळालं आणि ग्रामीण भारतात मी स्वत:चं ऊर्जाविषयक काम उभारलं तेव्हा हे ज्ञान खूप उपयोगी पडलं. याशिवाय टीएईटीमध्ये व्याख्यान द्यायला आलेल्या ऊर्जातज्ज्ञांशी झालेल्या वैचारिक देवाणघेवाणीमुळं माझ्या ज्ञानात चांगलीच भर पडली.

हा अनुभव कधीकधी नाउमेद करणाराही होता कारण प्रत्येक तुकडीत (प्रत्येक तुकडीत ३०-३५ सहभागी होते आणि ते सत्र चार महिन्यांचे असे) बरेचसे सहभागी वाईट मनोवृत्तीचे असत आणि त्यांना काहीही शिकण्यात रस नसे. त्यांना अमेरिकेला येऊन फक्त मजा मारायची होती आणि त्यामधल्या बऱ्याचशांनी पदव्युत्तर अभ्यासासाठी अमेरिकेतच राहण्याचा प्रयत्न केला आणि का नाही कारण त्यांना सर्व गोष्टीचे पैसे देण्यात आले होते.

माझ्या माहितीप्रमाणं त्यावेळी हा अमेरिकेतला असा एकुलता एक प्रशिक्षण कार्यक्रम होता ज्यात सर्व सहभागींना त्यांच्या देशाहून गेन्सव्हिलला येण्याचं आणि परतीचं विमान भाडं देऊन हॉटेलमध्ये लहान स्वयंपाकघराने सुसज्ज आरामशीर खोल्यांमध्ये ठेवण्यात आलं होतं आणि शिवाय प्रत्येकाला चार महिन्यांसाठी थोडी छात्रवृत्ती देऊन जेवणा-खाण्याची सोयही करण्यात आली होती. अशी परकीयांना सशुल्क सुट्टी देणारा कार्यक्रम नंतरसुद्धा कधी अस्तित्वात होता असं मला वाटत नाही. साधारण दोन-एक वर्षांनी युएसएआयडीला शहाणपण आलं आणि त्यांनी विमानभाडं देणं पूर्णपणे बंद केलं.

चुकीचा दृष्टिकोन असणाऱ्या सहभागींमुळं (ज्यांना मी बॅड ॲपल्स किंवा खराब सफरचंदं म्हणत असे) एकूण वातावरण बिघडून इतर सहभागींच्या अडचणीत भर पडत असे. दुर्दैवानं गेन्सव्हिलमधल्या ज्या हॉटेलमध्ये आम्ही त्यांना ठेवत होतो ते एका मद्यपानगृहासमोर होतं. त्यामुळं बऱ्याच वेळा स्वतःच्या देशात महत्त्वाच्या व्यक्ती असणारे हे सहभागी (काही जणांकडे तर राजनैतिक पांढरं पारपत्रही असे) त्या मद्यपानगृहात दारू पिऊन काहीतरी बखेडा करत. एक दिवस भल्या सकाळी आम्हाला गेन्सव्हिलच्या पोलिसांकडून फोन आला की आमच्या सहभागींपैकी एकजण कच्च्या कैदखान्यात होता कारण त्यानं बारमध्ये तमाशा करून शिवाय मद्यपानगृहातल्या मुलींबरोबर असभ्य वर्तन केलं. तो एका आफ्रिकेतल्या देशातल्या अध्यक्षाचा सल्लागार असल्यामुळं पत्रकारांना सुगावा लागण्याआधीच आम्ही त्याची गुपचूप सुटका केली.

वास्तविक पहाता मला असं आढळून आलं की आमच्या कार्यक्रमातील सहभागींपैकी बरेचसे त्यांच्या उच्च पदांना न साजणाऱ्या अतिशय लज्जास्पद रीतीनं वागत. बऱ्याचदा आमच्या कार्यालयात काम करणाऱ्या स्त्रियांनीही वर्ग चालू असतानाच्या वेळच्या त्यांच्या असभ्य वर्तनाबद्दल तक्रार केली होती. जणू काही त्यांच्या पांढऱ्या पारपत्रानं

त्यांना असं वागण्याचा परवाना दिला होता.

मला नाउमेद करणारी आणखी एक गोष्ट अशी होती की माझं ट्रीओ सेंटरमधलं कार्यालय मुख्य विद्यापीठ परिसरापासून १० मैलांवर होतं आणि सत्राच्या काळात सकाळी सात वाजल्यापासून टीएईटीमध्ये माझे जवळजवळ १२ तास जात ज्यामुळं माझा विद्यापीठाशी असलेला संपर्क पूर्णपणं तुटला होता. त्यामुळं विद्यापीठातल्या बौद्धिक वातावरणाला मी पूर्णपणं मुकलो होतो आणि मला गुदमरल्यासारखं वाटायला लागलं. शिवाय समवयस्क व तुल्यबळ लोकांशी चर्चा करणं, परिसंवादांना उपस्थित रहाणं आणि ग्रंथालयाला भेट देणं हे अवघड व्हायला लागलं. शिवाय माझा सगळा वेळ सहभागींना शिकवण्यात आणि त्यांच्या कामावर देखरेख करण्यात जात असल्यामुळं संशोधनाला काही वेळ मिळत नव्हता. तेव्हा माझ्यापुढं दोनच पर्याय होते – एक विद्यापीठात संशोधनाच्या कामावर नियुक्ती करून घेणं किंवा भारतात परतणं. मी आधीच भारतात परत जायचं ठरवलं असल्यामुळं मी डॉ. फार्बरना सांगितलं की मी १९८१ च्या जूनपर्यंतच काम करू शकतो.

पहिल्या सत्रानंतर युएसएआयडीनं कार्यक्रमाचं मूल्यमापन केलं. वॉशिंग्टनमधले एक वरिष्ठ नोकरशहा श्री. ॲलन जेकब्स, जे अध्यक्ष कार्टर यांच्या सुरक्षा परिषदेतही होते, ते आमच्या कार्यक्रमाची प्रगती पाहून आमच्याशी चर्चा करण्यासाठी आले होते. त्यांच्याबरोबर यूएसएआयडीच्या ऊर्जा कार्यालयाचे संचालक श्री. बिल आयलर्सही आले होते. संपूर्ण कार्यक्रमाचा आराखडा मी तयार केला असल्यामुळं आमच्या बैठकीत जेकब्स वा आयलर्स जेव्हा एखादा प्रश्न विचारत तेव्हा मी त्याचं उत्तर देत असे. मी केंद्राचा संचालक नव्हतो म्हणून श्री. जेकब्स यांनं बरेच नाराज झाले. काही का असेना कार्यक्रमातल्या माझ्या योगदानाची त्यांना जाणीव झाली आणि मला वाटतं त्यांनी त्याची कदरही केली. वास्तवात अनिलच्या परवानगीशिवाय गवताचं एक पातंही हलत नाही अशी टीएईटीचे इतर कर्मचारी माझी थट्टा करत. बहुतेक सर्व सहभागींनी माझ्या शिकवण्याबद्दल आणि त्यांच्याशी असलेल्या सुसंवादाबद्दल स्तुतिपर अभिप्राय दिल्यामुळं माझ्या जून १९८१मध्ये सोडून जाण्याचं ऐकून मूल्यमापन पथक नाराज झालं.

विद्यापीठाची धोरणं आणि संसाधनांसाठीच्या अंतर्गत लाथाळीमुळं युएफ् मधला टीएईटी कार्यक्रम १९८४ साली संपुष्टात आला ही अतिशय खेदाची गोष्ट होती. जरी या

कार्यक्रमाचे अवतार नंतर अमेरिकेत आणि युरोपातही भूछत्रांप्रमाणं वाढले तरी टीएईटीच्या कार्यक्रमाची सखोलता आणि व्याप्ती त्यांपैकी कोणत्याच कार्यक्रमात दिसून आली नाही. अशा आद्यप्रवर्तक कार्यक्रमाशी माझा संबंध होता याचा मला अतिशय अभिमान वाटतो.

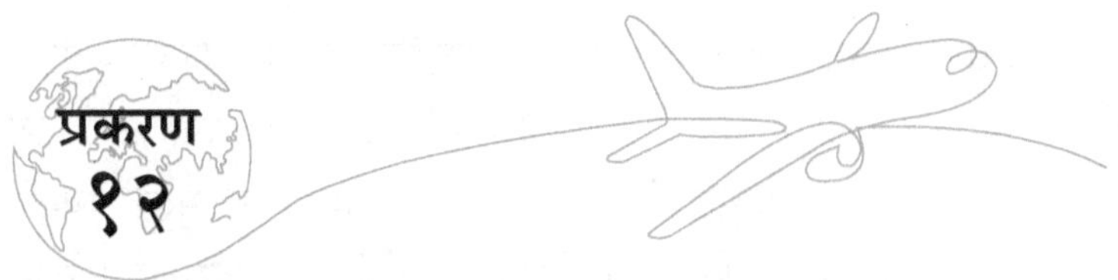

भारतात परतण्याचा निर्णय

भारतात परत येण्याची मला नेहमीच खात्री होती, पण मी केव्हा येईन आणि कुठे काम करीन हे निश्चित नव्हतं. टीअेईटीमध्ये शिकवण्यामुळं माझा निर्णय सोपा झाला कारण मला त्यातून लवकरात लवकर बाहेर निघायचं होतं. संशोधनाच्या अभावामुळं मला गुदमरल्यासारखं वाटत होतं. शिवाय जून १९८१ पर्यंत नंदिनीची ॲग्रॉनॉमीमधली पी.एच्.डी.ही संपत होती आणि त्यामुळं त्या वेळेपर्यंत काय ते ठरवणं जरुरीचं होतं.

तेव्हा १९८०च्या नोव्हेंबर-डिसेंबरमध्ये मी भारताला २५ दिवसांची भेट देण्याचं ठरवलं. माझी आशा होती की मला काम करता येईल अशी योग्य जागा मला सापडेल. आम्ही त्या वेळेला भेट दिलेल्यापैकी काही जागांची मला माहिती नव्हती, त्यामुळं कुठं जायचं हे ठरवायला मला माझ्या सासऱ्यांचीही मदत झाली.

तेव्हा माझा भाऊ आणि सासरे यांच्याबरोबर मी मुंबई, बडोदा, अहमदाबाद, हैदराबाद, बंगलोर, पॉंडिचेरी, चेन्नई आणि फलटण या ठिकाणांना भेट दिली. फलटणहून मी आणि माझा भाऊ लखनऊ आणि दिल्लीला गेलो. आम्ही गेलेल्या बहुतेक ठिकाणी मी नवीकरणीय ऊर्जेच्या क्षेत्रात काम करणाऱ्या विविध संशोधन आस्थापनांना आणि संस्थांना भेट दिली. परत आल्यावर काम करू शकेन अशा जागेच्या शोधात मी असल्यामुळं ते काय काम करताहेत हे पहाण्याबरोबरच आम्ही तिथल्या कर्मचारी आणि इतर लोकांबरोबर त्या ठिकाणच्या कामाची परिस्थिती आणि इतर बाबींविषयी चर्चा केली.

शिवाय ही सहल एक प्रकारचं 'भारत दर्शन' होतं आणि तिच्यात मला भारत आणि

त्याच्या अपरिमित समस्यांची ओझरती ओळख झाली.

अशातऱ्हेनं बडोद्यात मी नवीकरणीय ऊर्जा साधनं विकसित करण्याचं काम करणाऱ्या ज्योती लिमिटेडला भेट दिली तर अहमदाबादमध्ये आम्ही भारतातल्या एका सगळ्यात मोठया निलगिरीच्या मळ्याला भेट दिली. अहमदाबादच्या भेटीत मला प्रथमच गांधीजींचा साबरमती आश्रम पहायची संधी मिळाली. दुर्गंधीयुक्त साबरमती नदीच्या काठी असणाऱ्या त्या आश्रमाची अवस्था केविलवाणी होती. जेव्हा गांधीजींनी दांडी पदयात्रेची इथून हाक दिली होती आणि ज्या जागी सगळ्या जगभरातून लोक येत असत तेव्हाच्या आणि सध्याच्या परिस्थितीत जमीन-अस्मानाचं अंतर होतं.

मुंबईत मी आयआयटीत एक व्याख्यान दिलं आणि त्यानंतर सहायक प्राध्यापक म्हणून मला कामावर घेण्याची प्रक्रिया त्यांनी चालू केली. मार्च १९८१मध्ये त्यांनी नोकरीचा पक्का प्रस्ताव पाठवला. मला महिना रु. १७५० इतका पगार दिला जाणार होता आणि नंतर शिक्षकांसाठी असलेली रहाण्याची जागा दिली जाईल असं आश्वासनही मिळालं. सुरुवातीला मी एका खोलीच्या अतिथीगृहात रहाणं अपेक्षित होतं.

मुंबईत मी जे.आर.डी. टाटांच्या प्रमुख सहकाऱ्यांपैकी एक श्री. दरबारी सेठ यांनाही भेटलो. श्री. टाटांचे व्यवसायातले जवळचे सहकारी असण्याबरोबरच श्री. सेठ टाटा केमिकल्सचे अध्यक्ष होते आणि त्यामुळे टाटा समूहामधली एक बडी असामी. माझी पी.एच्.डी. संपल्यावर भारताच्या ऊर्जा कार्यक्रमाबद्दलच्या माझ्या काही कल्पनांविषयी मी श्री. सेठ यांना एक पाच-पानी पत्र लिहिलं होतं आणि मला भारतात येऊन काम करायचं असल्यामुळं नोकरी देण्याची विनंती केली होती. त्यांनी तात्काळ उत्तर देऊन मला कळवलं की माझ्या पुढच्या भारत भेटीत मी त्यांना भेटावं .

श्री. सेठ कोण होते त्याची मला काही कल्पना नव्हती. ॲटलांटामधल्या आयएसईएस च्या परिसंवादात मला भेटलेल्या एका डॉ. आर. एल. दत्ता यांच्या सल्ल्यानुसार मी त्यांना लिहिलं होतं. डॉ. दत्ता हे १९७९ साली इंटरनॅशनल सोलर एनर्जी सोसायटी (आयएसईएस) चे अध्यक्ष होते. तथापि मुंबईला गेल्यावर मी श्री. सेठ यांच्याबद्दल चौकशी केली असता ते भारतातले एक अग्रगण्य उद्योजक असल्याचं मला समजलं.

श्री. सेठ अतिशय सौहार्द्रपूर्ण होते आणि ते त्यांच्या नव्यानं सुरू झालेल्या टाटा एनर्जी रिसर्च इन्स्टिट्यूटसाठी प्रमुख लोकांच्या शोधात असल्यामुळं त्यांनी काही सहकाऱ्यांनाही

आमच्या बैठकीसाठी बोलावलं होतं. त्यांनी मला सांगितलं की माझं पत्र त्यांना खरोखर आवडलं होतं आणि नंतर त्यांनी टिप्पणी केली की खूप पूर्वी डॉ. होमी भाभांनी श्री. जे. आर. डी. टाटांना टाटा इन्स्टिट्यूट ऑफ फंडामेंटल रिसर्च (टीआयएफआर) सुरु करण्याबद्दल लिहिलेल्या अशाच प्रकारच्या पत्राची त्यांना त्यावरून आठवण झाली! मला त्या उद्गाराचं महत्त्व त्यावेळी समजलं नाही पण नंतर मी डॉ. भाभा आणि टीआयएफआरबद्दल जास्त माहिती करून घेतल्यावर श्री. सेठ यांनी केलेल्या माझ्या प्रशंसेमुळं मी रोमांचित झालो.

आम्हाला भेटून १०-१५ मिनिटं झाली नसतील तेवढ्यात श्री. दरबारी सेठ मला 'बेटा' म्हणू लागले आणि त्यांनी मला सांगितलं की मी त्यांच्याबरोबर काम करायचं ठरवलं तर टाटांकडे एक मोठी नोकरी माझी वाट पहात होती. पण बहुतेक अहंकाराच्या झटक्यात मी त्यांना म्हणालो की मला ग्रामीण भारतात काम करायचंय. तरी या प्रयत्नातही टाटा मला मदत करू शकतात असं त्यांनी सूचित केलं. नंतर मला सांगण्यात आलं की जर मला हवं असतं तर टाटा एनर्जी रिसर्च इन्स्टिट्यूटचं संचालकपद मिळण्याची प्रबळ संभावना होती.

मुंबईत माझ्या एका मित्राच्या घरी मी स्वतंत्र पक्षाचे संस्थापक अध्यक्ष आणि नामांकित लोकसभा सदस्य स्व. पिलू मोदी यांच्याबरोबर रात्रीचं जेवण घेतलं. श्री. मोदी हा एक अतिशय आनंदी स्वभावाचा, गोलमटोल माणूस होता. त्यांनी मला त्यांच्या पक्षात सामील व्हायला सांगितलं आणि म्हणाले की तुमच्यासारख्या लोकांचं भवितव्य ग्रामीण विकासात नाही तर राजकारणात आहे. त्यांनी मला पाकिस्तानचे पूर्व प्रधानमंत्री झुल्फिकार अलि भुट्टोंबद्दलच्या गोष्टींची मेजवानीच दिली. पिलू मोदी आणि भुट्टो हे विद्यार्थी असताना बर्कलीला एकाच खोलीत रहात असत.

हैदराबादमध्ये मी इक्रिसॅट आणि भेलच्या संशोधन आणि विकास केंद्राला भेट दिली. १९८०च्या उत्तरार्धात कधीतरी भेलनं त्यांच्या संशोधन आणि विकास केंद्रात मला नोकरी देऊ केली होती. म्हणून त्यांच्याविषयी आणखी माहिती मिळवण्यासाठी मी या संधीचा उपयोग केला. त्या संशोधन आणि विकास केंद्रातला एक महत्त्वाचा अधिकारी माझा आयआयटीकेमधला एक वर्गमित्र होता. वृत्तपत्रांमध्ये माझ्याबद्दल आलेल्या बऱ्याच गोष्टी त्यांनी वाचलेल्या असल्यामुळं नवीकरणीय ऊर्जा क्षेत्रात काम करणाऱ्या बहुतेक संशोधन आणि विकास अधिकाऱ्यांना माझ्याबद्दल माहिती होती.

मला परत येऊन 'भेल' मध्ये काम करायला आवडेल असं सांगितल्यावर माझ्या वर्गमित्रानं त्यावर अविश्वास दर्शवला. तो म्हणाला सगळ्यांना इथून बाहेर निघून अमेरिकेला जायचं होतं आणि तिथं उत्तम नोकरी असताना मला परत का यायचं होतं? मी भेट दिलेल्या प्रत्येक संस्थेत साधारणत: असंच भाष्य ऐकायला मिळालं. त्या काळी जवळजवळ कोणीच भारतात परत येत नसे. अलिकडच्या काळातच माहिती तंत्रज्ञान(आयटी) क्षेत्रानं बऱ्याच मोठया संख्येनं अनिवासी भारतीयांना भारतात परत येण्यासाठी आकर्षित करायला सुरुवात केली आहे.

काही का असेना भेलमधलं वातावरण मला बरंच निरुत्साही करणारं वाटलं आणि माझ्या वर्गमित्रानं जोर देऊन सांगितलं की त्या संस्थेत मी कधीही रुजू होऊ नये कारण तिथं फार राजकारण चालायचं आणि तुम्ही कोणत्या प्रकल्पावर काम करणार हे सर्वात वरच्या अधिकाऱ्यांच्या लहरीवर अवलंबून होतं.

आयआयटी मुंबई आणि आयआयएससी बंगलोर यांसारख्या अग्रगण्य संस्थांविषयीही मी अशाच प्रकारच्या गोष्टी ऐकल्या. बंगलोरमध्ये मी ग्रामीण तंत्रज्ञानावरची डॉ. अमुल्य रेड्डींची प्रयोगशाळा पहायला गेलो. त्यांचं काम काही फार उत्तम वाटलं नाही, पण त्यांच्या प्रयोगशाळेला युके आणि अमेरिकेत फार मोठया प्रमाणावर प्रसिद्धी मिळत असे. श्री. दरबारी सेठ यांना लिहिलेल्या पत्रासारखंच एक पत्र मी त्यांनाही लिहिलं होतं पण डॉ. रेड्डींनी कधीच त्याचं उत्तर दिलं नाही. ते मिळाल्याचं कळवण्याएवढं सौजन्यही त्यांनी दाखवलं नाही. शिवाय खूप नंतर मी जेव्हा त्यांना भेटलो आणि माझ्या पत्राविषयी सांगितलं तेव्हा ते म्हणाले की ते पत्रांना कधीच उत्तर देत नाहीत. माझ्या आयुष्यात त्यांच्याइतका उद्धट मनुष्य मला कधी भेटला नव्हता. अमेरिकेतसुद्धा अगदी नोबेल पारितोषिक विजेतेही कमीतकमी पत्राची पोच देण्याचं सौजन्य दाखवत असत.

असं असलं तरी आयआयएससी मधल्या इतर कर्मचाऱ्यांनी मला सांगितलं की जर मला त्यांच्या संस्थेत दाखल व्हायचं असलं तर ते माझं आनंदानं स्वागत करायला तयार होते. तरीसुद्धा अशा संस्थेशी निगडीत राजकारणाची मला जाणीव होती. पण नि:पक्षपातीपणं विचार केला तर त्यातल्या त्यात भारतातल्या अशा इतर संस्थांपेक्षा आयआयएससी किती तरी वरचढ होती.

ही माझी बंगलोरला दुसरी भेट होती. पहिली १९७१ मध्ये होती. ते एक रुंद वृक्षाच्छादित रस्ते असलेलं, मोठया प्रमाणावर हिरवळ असलेलं आणि विशेष रहदारी नसलेलं सुंदर

शहर होतं. आज ते भारतातलं सगळ्यात प्रदूषित शहरांपैकी एक आहे. तिथली रहदारी सारखी ठप्प होते आणि बऱ्याचशा झाडांची जागा अतिउंच इमारतींनी घेतलेली आहे.

चेन्नईमध्ये आयआयटीकेमधले माझे पूर्वीचे प्राध्यापक डॉ. सी. व्ही. शेषाद्री चालवत असलेल्या मुरुगप्पा चेट्टियार रिसर्च सेंटर (एमसीआरसी)ला आम्ही भेट दिली. त्यांच्या एका शास्त्रज्ञाला मी टीएईटी कार्यक्रमासाठी निवडलं होतं आणि डॉ. शेषाद्री बाहेरगावी गेले होते तरी या टीएईटी सहभागीनं आम्हाला सर्व दाखवलं. आम्हाला असं आढळून आलं की ते ग्रामीण भागांना उपयुक्त असं बरंच चांगलं काम करत होते आणि त्यांच्या शास्त्रज्ञांना संशोधन करायचं स्वातंत्र्य होतं. माझ्या सासऱ्यांनी सुचवलं की फलटणमध्ये ते जी निंबकर ॲग्रिकल्चरल रिसर्च इन्स्टिट्यूट (नारी) नावाची एक लहान संस्था चालवत होते त्यात अशा तऱ्हेचं काम सुरु करता येईल. मी १९८१च्या सप्टेंबरमध्ये भारतात परत आल्यावर शेवटी नारीमध्ये रुजू होण्यामागच्या माझ्या विचारप्रक्रियेची उत्पत्ती अशातऱ्हेनं झाली.

चेन्नईहून आम्ही पाँडिचेरीला गेलो. तिथे आम्ही श्री. ऑरोबिंदोंच्या आश्रमाला भेट देऊन त्यांची खोली आणि ते जेथून प्रवचन द्यायचे ते ठिकाण पाहिलं. आश्रमाचं वातावरण अतिशय शांत आणि नीरव होतं. पाँडिचेरीच्या समुद्रकिनारीचं वास्तव्यही आम्हाला आवडलं.

जेव्हा आम्ही पाँडिचेरीहून चेन्नईला परत आलो तेव्हा एक मजेशीर घटना घडली. आम्ही राज्य वाहतूक मंडळाच्या बसनं प्रवास केला आणि जिथं आमच्या रहाण्याचं आरक्षण करण्यात आलं होतं त्या पंचतारांकित हॉटेलजवळ उतरलो. जेव्हा आम्ही बसमधून उतरलो तेव्हा जोरदार पाऊस पडत होता म्हणून आमच्या सामानासकट आम्हाला घेऊन जायला आम्ही दोन सायकल रिक्षा भाड्यानं घेतल्या. खूप आर्जव केल्यावर हॉटेलच्या चौकीदारानं रिक्षावाल्यांना आम्हाला हॉटेलच्या आवारात घेऊन जायला परवानगी दिली. सामान्यत: पंचतारांकित हॉटेलात फक्त गाड्यांमधून येणाऱ्या लोकांची ये-जा असल्यानं तिथं आवारात रिक्षा येणं हे कोणाच्या खिजगणतीत नव्हतं.

त्या बिचाऱ्या रिक्षावाल्याची काही चूक नसताना त्याला हॉटेलच्या कर्मचाऱ्यांनी ज्याप्रकारे वागवलं होतं त्यामुळं मी बराच नाराज झालो. म्हणून मी त्याला हॉटेलच्या उपहारगृहात चहा पाजायचं ठरवलं. तो रिक्षावाला हॉटेलच्या आत जायला भयंकर

घाबरत होता. मी त्याला कळकळीची विनंती करून त्याला सांगितलं की मी त्याच्याबरोबर असल्यानं त्याला भ्यायचं काही कारण नव्हतं पण तरी त्यानं हॉटेलचे कर्मचारी त्याला नंतर छळतील असं म्हणून यायला नकार दिला. माझ्या वडिलांनी मला एकदा सांगितलेल्या 'ब्रिटिश राज्यात जेव्हा गोरा माणूस पदपथावरून चालत असे तेव्हा भीतीमुळं स्थानिक रहिवासी खाली रस्त्यावर उतरत असत' या गोष्टीची आठवण झाली. स्वतंत्र भारतात ब्रिटिशांची जागा जणू श्रीमंतांनी घेतली होती.

आमचा शेवटचा मुक्काम फलटण होता जिथून मी आणि माझा भाऊ आमच्या आईवडिलांना भेटून अमेरिकेला परत जाणारं विमान पकडायला दिल्लीला जाणार होतो. आम्ही फलटणला आगगाडीनं येत असल्यामुळं मी इंजिनात बसून प्रवास करायचं ठरवलं. १९८० साली देशाच्या या भागात अजूनही वाफेवर चालणारी इंजिनं वापरली जात होती. इंजिनात बसून प्रवास करण्याचं माझं बालपणीचं स्वप्न होतं, म्हणून मी जाऊन इंजिन चालकाशी बोललो. अमेरिकन विद्यापीठातल्या प्राध्यापकाला त्यानं मोठया आनंदानं प्रवास करु द्यायला परवानगी दिली. म्हणून मी आणि माझ्या भावानं वाफेच्या इंजिनात बसून सुमारे ५० कि.मी. प्रवास केला. १९००च्या सुरुवातीला जेव्हा ती भारतात मोठया प्रमाणावर आणण्यात आली तेव्हापासून त्या इंजिनांचं तंत्रज्ञान काही बदललं नव्हतं. त्या वाफेच्या इंजिनानं मला भारतातल्या राजकीय नेतृत्वानं प्रोत्साहन दिलेल्या समाजवादी विचारसरणीमुळं आम्ही अजून अश्मयुगात होतो या परिस्थितीची जाणीव करून दिली.

फलटणमध्ये मी माझ्या सासूसासऱ्यांकडं दोन दिवस घालवले आणि तिथं माझ्या सासऱ्यांनी मला सांगितलं की मी परत यायचं ठरवलं तर मी 'नारी' हवी तशी चालवू शकतो. या वेळेपर्यंत मीसुद्धा ठरवलं होतं की नोकरी करण्यापेक्षा कितीही लहान असलं तरी स्वत:हून काही तरी करणं जास्त ठीक राहील. त्यामुळं नारी चालवण्याचा प्रस्ताव बराच आकर्षक वाटला, म्हणून मी उडी घ्यायचं ठरवलं. पुढं ते आपल्या वचनाला जागले नाहीत ही वेगळी गोष्ट.

जिथे मला स्थानिक भाषा किंवा एकूण परिस्थिती काही माहिती नव्हती तसंच मी जिथं काम करणार होतो ती जागा किंवा उपलब्ध सुविधा न पहाता या ग्रामीण अशा परिसराला मी माझं जीवनक्षेत्र मानायचा निर्णय घेतला! आजही मी केलेल्या कृत्याच्या नुसत्या विचारानंच मला कापरं भरतं. आधी उडी घेऊन मी कुठं उडी मारली आहे हे शोधण्याचा

प्रयत्न करणं यात मी एखाद्या खऱ्या उद्योजकाचं कसब दाखवलं.

लखनऊमध्ये नॅशनल हेरल्ड या वृत्तपत्रानं माझी मुलाखत घेतली. दोन दिवसांनी माझी अर्ध्या पानाची फोटोसकट मुलाखत छापून आलेली पाहून मला सुखद आश्चर्याचा धक्का बसला. मी परत येण्याचा विचार करतोय यामुळं आश्चर्य वाटून त्या मुलाखतीला लोकांचा चांगला प्रतिसाद मिळाला. माझ्या वडिलांचे एक जवळचे मित्र आणि भारतातले विरोधी पक्षाचे एक प्रमुख राजकीय नेते श्री. एच्. एन्. बहुगुणा यांनीही ती मुलाखत वाचली आणि मला भेटायला आवडेल म्हणून कळवलं. अशात-हेनं नव्या दिल्लीत त्यांच्याबरोबर माझी दीर्घ भेट झाली. मला ते अतिशय बुद्धिमान आणि बोलण्यात वाकबगार असे पुढारी वाटले. नंतरही अनेक वेळा मी दिल्लीत त्यांना भेटत असे तेव्हा ऊर्जा विषयावरील बाबींवर आमची दीर्घ चर्चा घडत असे! त्यांनी मला एकदा सांगितलं होतं की ते जर प्रधानमंत्री झाले तर ते मला त्यांचे ऊर्जामंत्री करतील.

परंतु पुढे इंडियन एक्सप्रेसचे संपादक झालेले जॉर्ज व्हर्गीस यांच्यासारखे बुद्धिवादी आणि श्रीमती गांधींच्या काँग्रेस पक्षाचे वरिष्ठ सभासद यांसारख्यांना भेटून मला विमनस्कतेची भावना येत असे, पण मला वाटत असे की हे लोक वयस्कर असल्यानं भूतकाळात रहात होते आणि म्हणून निराशावादी होते. या सगळ्यामुळं अस्वस्थ न होता फलटणला परत येऊन माझी स्वत:ची छोटी संस्था चालवण्याचा बेत मी पक्का करत होतो. संस्कृत वचन आहे की 'विनाशकाले विपरीत बुद्धी' म्हणजे एखाद्या व्यक्तीचं अध:पतन होण्याआधी त्याची अक्कल आणि योग्य निर्णय घेण्याची क्षमता या गोष्टी त्याला सोडून जातात. मी पुरेपूर यानुसारच वागत होतो.

पंचवीस दिवसांनी गेन्सव्हिलला परत येऊन मी नंदिनीला ही वार्ता सांगितली. स्वाभाविकपणं फलटण या तिच्या मूळगावी तिला परत जाता येणार म्हणून ती रोमांचित झाली होती, पण मी योग्य निर्णय घेतलाय की नाही याची तिला खात्री नव्हती. पण मी मात्र त्याबद्दल बऱ्यापैकी उत्साही होतो.

मी ज्या दिवशी गेन्सव्हिलला पोचलो त्या दिवशी लगेच डॉ. फार्बरनी मला बोलावलं आणि माझ्या निर्णयाबद्दल विचारलं आणि जेव्हा मी परत जाणार आहे असं त्यांना सांगितलं तेव्हा ते बरेच निराश झाले आणि मला म्हणाले की तू योग्य निर्णय घेतला आहेस अशी मी आशा करतो. त्यांना अर्थातच माझा निर्णय आवडला नव्हता आणि

त्यांनी बहुतेक वॉशिंग्टनमध्ये श्री. ऑलन जेकब्सना तसं कळवलं. फेब्रुवारीमध्ये कधी तरी श्री. जेकब्स गेन्सव्हिलला वरवर पहाता टीएईटीच्या प्रगतीविषयी चर्चा करायला आले, पण त्यांचा मुख्य कार्यक्रम मला भारतात परतण्यापासून परावृत्त करायचं हा होता असा माझा अंदाज होता.

तेव्हा श्री. जेकब्स माझ्या ऑफिसात आले आणि त्यांनी माझं परत जाण्याबद्दलचं मत बदलण्याचा प्रयत्न केला. ते माझ्या ऑफिसात जवळजवळ चार तास बसले आणि त्यांनी माझ्याशी विविध विषयांची चर्चा केली. शिवाय मी परत जाऊन हाराकिरी (आत्मघात) करतोय असं सांगितलं. ते म्हणाले, "मी भारतात अनेक वेळा गेलोय आणि मी तिथली परिस्थिती पाहिली आहे. जगातले सगळेजण अमेरिकेत येत असताना मला हे खरंच अजब वाटतंय की तू परत चालला आहेस आणि विशेषतः गेन्सव्हिलसारख्या चांगल्या ठिकाणाहून". ते पुढे म्हणाले, "तुला माहीत आहेच की माझी वॉशिंग्टनमध्ये एवढी वट आहे की मी तुला एक सेकंदात ग्रीन कार्ड मिळवून देऊ शकतो. तसंच अमेरिकन नागरिकत्वाची बाबही मी जलद मार्गी लावू शकतो". त्यांनी माझं जवळजवळ आर्जव करीत सांगितलं की "या सर्व बाबींची योग्य ती काळजी घेतली जाईल. तू टीएईटीच्या कार्यक्रमाच्या यशासाठी अतिशय महत्त्वाचा आहेस आणि तुला गमावणं आम्हाला आवडणार नाही".

साधारणपणे चार तासांनी मी त्यांना सांगितलं, "श्री. जेकब्स मी अमेरिकेत जन्मलो नव्हतो, त्यामुळं मी अमेरिकेचा अध्यक्ष बनू शकत नाही, पण मी भारताचा प्रधानमंत्री बनू शकतो! हे मला परत जायला पुरेसं कारण नाही का? त्यावर ते उद्गारले, "अस्सं तर तुला राजकीय महत्त्वाकांक्षा आहे म्हणायची." मी म्हणालो, हा मुद्दा नाहीये. भारत माझा स्वत:चा देश आहे आणि परत गेल्यावर मी अमेरिकेत जे ज्ञान मिळवलंय ते वापरून काहीतरी उपयुक्त करण्याची माझी इच्छा आहे. मी इतका घमेंडखोर झालो होतो की कोणतेही विवेकाचे शब्द ऐकायला माझे कान बंद झाले होते. 'विनाशकाले विपरीत बुद्धी' या सुभाषिताचं मी समर्पक उदाहरण होतो.

श्री. जेकब्स यांची माझ्या निर्णयानं समजूत पटली नाही आणि त्यामुळं ते खूषही झाले नाहीत. त्यांनी मला विचारलं, "पुढच्या काही दिवसांत तू वॉशिंग्टनला येणार आहेस का?" मी म्हणालो, "हो अमेरिका सोडण्याआधी माझ्या काही मित्रांना भेटण्यासाठी वॉशिंग्टनला जाण्याचा माझा बेत आहे", निघताना ते म्हणाले, "आम्हाला येऊन भेट.

मग कदाचित भारतात परत जाण्याविषयी तुझं मत बदलेल''.

या चर्चेनंतर त्यांनी डॉ. फार्बरना सर्व माहिती पुरवली याची मला खात्री होती कारण फार्बरनी मला परत बोलावून माझा अंतिम निर्णय काय आहे म्हणून विचारलं. जेव्हा मी माझ्या निश्चयापासून तसूभरही ढळणार नाही हे लक्षात आलं तेव्हा त्यांनी माझ्या बदलीच्या व्यक्तीला शोधायचं ठरवलं.

तर मी हवी तशी जाहिरात तयार केली आणि उमेदवारांच्या मुलाखतीही घेतल्या. असं करणं हे योग्य राहील असं मला वाटलं. बहुतेक सगळ्या उमेदवारांना हे विचित्र वाटलं की माझी जागा घेण्यासाठी मी त्यांची मुलाखत घेत होतो! माझ्या नारीमधल्या कर्मचाऱ्यांना मी नेहमी हेच सांगायचा प्रयत्न करतो, पण सोडून जाणाऱ्या कोणीतरी त्यांचा पर्यायी उमेदवार शोधायला मदत केली आहे असं फारच क्वचित घडलं.

जून १९८१ मध्ये मी टीएईटीचा राजिनामा देण्यापूर्वी सल्लागार म्हणून इजिप्तला भेट देण्याची मला संधी मिळाली. टीएईटीचे एक बाह्य व्याख्याते व्हॉलंटिअर्स इन टेक्निकल असिस्टन्स (व्हायटा) या वॉशिंग्टन डी.सी.स्थित खाजगी, विना नफा काम करणाऱ्या संस्थेचे एक कर्मचारी होते. ते युएसएआयडीसाठी वेगवेगळ्या देशांत बरंच काम करीत असत. हे व्याख्याते आमच्या निमंत्रणावरून गेन्सव्हिलला आले होते आणि इजिप्तच्या रॉकेलवरच्या स्वयंपाकविषयक राष्ट्रीय कार्यक्रमाचं मूल्यमापन करायला मी जावं असं त्यांना वाटत होतं.

मला पिरॅमिड आणि कैरोचं वस्तुसंग्रहालय पहायला दोन दिवसांची सुट्टी मिळावी या अटीवर मी इजिप्तला जायला माझी संमती दिली. त्यांनी याला परवानगी दिली आणि मी नॅशनल पेट्रोलियम रिसर्च सेंटरचा पाहुणा म्हणून रॉकेलवरच्या स्वयंपाकाच्या प्रकल्पाचं मूल्यमापन करत कैरोमध्ये एक आठवडा मजेत घालवला. टीएईटीचे इजिप्तमधले सर्व माजी सहभागी कैरोमध्ये एकत्र जमले आणि त्यांनी मला पिरॅमिड्स आणि कैरोचं वस्तुसंग्रहालय दाखवलं.

मी भारतासारखंच असणारं इजिप्तमधलं दारिद्र्य आणि भ्रष्टाचारही पाहिले आणि अध्यक्ष अन्वर सादात यांच्याविरुद्ध पृष्ठभागाखाली असलेल्या जळफळाटाचाही साक्षीदार झालो. टीएईटीच्या सहभागींनी मला जाणीव करून दिली की इजिप्तमध्ये मुसलमान मूलतत्त्ववादात अफाट वाढ झाली होती आणि त्यांचा राग अमेरिकेच्या

दिशेनं वळवण्यात आला होता. अन्वर सादात हे अमेरिकेचे हस्तक असल्याचं वाटल्यानं या रागाचे धनी झाले होते. माझ्या भेटीनंतर सहा महिन्यांनीच अन्वर सादात यांची त्यांच्या स्वत:च्या सुरक्षारक्षकांनी हत्या केली.

माझ्या इजिप्तच्या भेटीदरम्यान अमेरिकेतले हवाई वाहतूक-नियंत्रक प्रथमच संपावर गेले असल्यामुळं हवाई वाहतूक विस्कळीत झाली होती. मी या गोंधळात अडकलो त्यामुळं माझं लंडनला येणारं आणि तिथून जाणारं अशी विमानोड्डाणं रद्द झाली. पॅन अमेरिकन एअरलाइन्सनं माझी लंडनमध्ये एका हॉटेलात रहाण्याची व्यवस्था केली आणि ते शहर पहाण्याची मला संधी मिळाली. मी लंडनचं प्रसिद्ध वस्तुसंग्रहालय पाहिलं, आणि न्यू सायंटिस्ट या विज्ञान नियतकालिकाच्या संपादकांना भेटायला गेलो. त्यांनी मला खूप आधी त्यांना भेटायला येण्याचं आमंत्रण दिलं होतं. त्यांनी मला लंडनच्या मध्यवर्ती भागात एका गुजराती उपहारगृहात दुपारी जेवायला नेलं. मी त्यांना सांगितलं की मला भारतीय जेवणच खाण्याची आवश्यकता नाही. ते उत्तरले, "मी आणि माझे कर्मचारी रोज इथंच जेवतो". तेव्हा ब्रिटनमधल्या भारतीय अन्नाच्या लोकप्रियतेची मला जाणीव झाली. ही परिस्थिती १९८१ साली झाली होती. हल्ली तर युकेमध्ये हा अतिशय मोठा व्यवसाय झाला आहे आणि वास्तविक पाहता या देशातल्या सगळ्यात लोकप्रिय पाककृती या भारतीय उपखंडातल्या अन्नावर आधारित असतात.

पुढचा महिना आमच्या घरगुती सामानाला जहाजानं परत पाठवण्यासाठी त्याची बांधाबांध करण्यात गेला. मी नारीमध्ये ऊर्जा प्रयोगशाळा स्थापित करणार असल्यामुळं मी ज्याची गरज भासेल असं वाटलं अशी बरीच उपकरणं खरेदी केली होती. नंतर ती खूपच अपुरी असल्याचं मला आढळून आल्यावर माझ्या प्रयोगशाळेसाठी बहुतेक साधनसामग्री मला भारतातच खरेदी करावी लागली.

आम्ही फक्त पुस्तकं, काही चिनी मातीच्या कपबशा वगैरे भांडी, आमची जुनी म्युझिक सिस्टिम आणि वैज्ञानिक उपकरणं एवढंच सामान परत नेण्याचं ठरवलं. आम्ही डायमंड व्हिलेजमध्ये अतिशय काटकसरीनं रहायचो म्हणून आणखी काही विशेष नेण्यासारखं नव्हतंच. आमची डायमंड व्हिलेजमधली सदनिका ही बहुतेक एकमेव वातानुकूलन यंत्र नसलेली सदनिका असावी. माझा असा विचार होता की वातानुकूलित वातावरणात आरामात रहायची सवय लागल्यावर भारतात आम्ही तग धरू शकणार नाही. तेव्हा दरवर्षी जुलै-ऑगस्ट या वर्षातल्या सगळ्यात गरम आणि दमट महिन्यांत आमचा

निर्धार जवळजवळ मोडकळीला यायचा, पण जवळजवळ पाच वर्ष आम्ही वातानुकूलनाशिवाय टिकून राहिलो.

माझ्याकडं एक जुना वापरलेला कृष्णधवल टीव्ही होता तो मी ५० डॉलरला खरेदी केला होता आणि आम्ही भारतात परत येण्याआधी त्याच किंमतीला दुसऱ्या एका विद्यार्थ्याला विकला. अशाच प्रकारे ६०० डॉलरला खरेदी केलेली माझी जुनी वापरलेली टोयोटा मोटारगाडीही मी ६०० डॉलरलाच विकली. हा चांगला सौदा आहे असं मला वाटलं कारण ती गाडी मी पाच वर्ष वापरली होती. ती अतिशय प्राथमिक गाडी होती कारण त्यात वातानुकूलन, रेडिओ असं काही अनावश्यक अवडंबर नव्हतं.

दारू ही पुठ्ठ्याच्या चांगल्या खोक्यांमध्ये येत असल्यामुळं मद्यपानगृहं आणि दारूच्या दुकानांबाहेरच्या कचरापेट्यांमधून आम्ही अशी खोकी गोळा करून त्यात आमची सगळी पुस्तकं आणि घरगुती सामानाची नीट बांधाबांध केली. हा सगळा उद्योग केल्यामुळं मी चांगलाच सराईत आवेष्टक(पॅकर) बनलो आणि नंदिनीला सांगायचो की जर माझे नारीमधले प्रयोग अयशस्वी झाले तर मी पॅकर बनून पैसे कमवू शकतो.

प्रत्येक खोक्यात समाविष्ट असलेल्या वस्तूंची आम्ही तपशीलवार यादी बनवली. ही सर्व खोकी एका लाकडी पेटीत ठेवण्यात आली आणि या सर्व मालाचं वजन जवळजवळ दीड टन भरलं. आमच्या सगळ्यात जवळ असलेल्या जॅक्सनव्हिल या बंदरावरून हा माल रवाना झाला. माल वाहतूक कंपनीनं आम्हाला अशीही माहिती पुरवली की मुंबई बंदरात मोठ्या प्रमाणावर भुरट्या चोऱ्या होत असल्यामुळं माल तिथं येऊन पोचेल त्यावेळी आमचा माणूस तिथं उपस्थित असेल याची आम्ही खात्री करून घ्यावी. तेव्हा मी माझ्या सासऱ्यांना तसं कळवलं आणि त्यांनी मुंबईतल्या पश्चिमी नौसेना कमांडचे कमांडर-इन-चीफ(सीसी) असलेल्या आपल्या मेव्हण्यांना याची माहिती दिली. तेव्हा माझं सामान घेऊन येणाऱ्या जहाजाला नौसेनेच्या उपग्रहाद्वारे ट्रॅक करण्यात आलं आणि त्यातून एक मजेशीर घटना घडली.

ऑक्टोबर १९८१मध्ये कधी तरी सामान मुंबईला आल्यावर सीमाशुल्क आयुक्तांना कळवण्यात आलं की सीसींचा काही महत्त्वाचा माल आला आहे. त्यामुळं सामान घ्यायला मुंबई बंदरावर मी गेलो तेव्हा बरेचसे सीमाशुल्क अधिकारी तिथं उपस्थित होते कारण सामानात काय गोष्टी समाविष्ट आहेत हे पहाण्याची त्यांना उत्सुकता होती. मी

संबंधित सीमाशुल्क अधिकाऱ्यांना खोक्यांमधल्या सामानाची सविस्तर यादी असलेली जाड फाईल दिली.

सीमाशुल्क अधिकाऱ्यांचा विश्वासच बसेना की त्या १.५ टनाच्या पेटीत पुस्तकं, माझी जुनी म्युझिक सिस्टिम, काही घरगुती वापरातली चिनी मातीची भांडीकुंडी आणि वैज्ञानिक उपकरणं सोडून दुसरं काही नव्हतं. बहुतेक सगळी खोकी ब्लॅक लेबल स्कॉच किंवा शिवास रिगलची असल्यामुळं ते सारखे त्यांना मी स्कॉच व्हिस्की द्यावी म्हणून विनवत होते. शेवटी त्यांचा स्वत:वरचा ताबा सुटला आणि ते मला म्हणाले की सात वर्षं अमेरिकेत राहून रहिवास स्थानांतरण करताना मी मोटारगाडी, रेफ्रिजरेटर, वातानुकूलन यंत्र किंवा टीव्ही न आणता फक्त पुस्तकं आणली. तेव्हा माझ्यापेक्षा बेअक्कल मनुष्य त्यांनी कधी पाहिला नव्हता. माझ्याकडं जर जकातपात्र अशी काही वस्तू नव्हती तर सीमाशुल्क आयुक्तांना का कळवण्यात आलं होतं? माझा माल गोदीतून बाहेर जाईपर्यंत त्यांची खात्री पटली नव्हती की मी त्यांना खरं सांगितलं होतं का माझ्या खोक्यांमध्ये मी काही तरी लपवलं होतं जे त्यांना सापडलं नव्हतं.

आमचं सामान पाठवून दिल्यावर आम्ही दोघांनी अमेरिका सोडण्याआधी आमच्या सगळ्या मित्रांना भेटायचं ठरवलं. तेव्हा आम्ही अमेरिकेत कुठेही एक महिना अमर्याद प्रवास करता येईल असे प्रत्येकी ३०० डॉलरचे ईस्टर्न एअरलाइन्सचे 'सी अमेरिका' पासेस खरेदी केले. अमेरिका पहाण्याचा हा मस्त आणि अतिशय किफायतशीर मार्ग होता.

आमच्या भारतात परत जाण्याच्या निर्णयामुळं माझे आयआयटीकेमधले बहुतेक मित्र खरोखरच आश्चर्यचकित झाले होते. त्यातले काही जण म्हणाले की त्यांनाही असंच करायला आवडेल. तेव्हा मी त्यांना सांगितलं की माझ्याबरोबर चला, पण ते भारतात चांगली व्हिस्की मिळत नाही इथपासून तिथे चांगली खरिददारी करता येत नाही इथपर्यंत सर्व प्रकारची कारणं देत. ते खरोखरच अमेरिकन बनले होते आणि इतर कशापेक्षा त्यांना या गोष्टी खूप जास्त महत्त्वाच्या वाटत होत्या. आता मला कळतंय की आम्ही उचलल्यासारखी कठोर पावलं उचलायला तुमचं डोकं तरी फिरलेलं असायला पाहिजे किंवा तुम्हाला एखाद्या कल्पनेनं पछाडून टाकलेलं असायला पाहिजे. नंतर माझ्या लक्षात आलं की असं करायला बरीच हिंमतही लागते.

आम्ही आमचे स्नेही बारदा यांना भेटायला आणि स्मिथसोनियन वस्तुसंग्रहालय परत एकदा बघायला मी वॉशिंग्टनला गेलो. मी श्री. जेकब यांनाही मी येत असल्याचं कळवलं पण ते माझ्या भेटीच्या काळात परगावी जाणार असल्यामुळं त्यांनी आपले सहकारी श्री. बिल आयलर्स यांना भेटायला सांगितलं. बिल यांनी हार्वर्ड विद्यापीठातून भौतिकशास्त्रात पदवी मिळवली होती आणि ते युएसएआयडीमध्ये ऊर्जा कार्यालयाचे संचालक होते. टीएईटीचं मूल्यमापन करायला ते काही वेळा गेन्सव्हिललला आले होते आणि त्यांना मी आवडत असे.

तेव्हा त्यांनी प्रथम आम्हाला त्यांचं ऑफिस दाखवायला नेलं आणि मी जर अमेरिकेतच रहायचं ठरवलं तर ती खुर्ची मला मिळेल असं सांगितलं. मग वॉशिंग्टन डी.सी.मधल्या सर्वोत्तम चिनी उपहारगृहांपैकी एकात चमचमीत जेवणाच्या दरम्यान त्यांनी पुन्हा माझ्या परत जाण्याच्या निर्णयावर मला विचार करायला सांगितलं. त्यांनी असंही सुचवलं की नंतर सल्लागार म्हणूनही माझा उपयोग ते करू शकतात. परंतु हे कधी प्रत्यक्षात उतरलं नाही कारण पुढच्याच वर्षी बिलचं निधन झालं. युएसएआयडी ऊर्जा कार्यालयातला माझा जिवलग मित्र मी गमावला.

आम्ही १५ ऑगस्ट १९८१ला भारताच्या स्वातंत्र्यदिनी अमेरिका कायमची सोडली. ज्या देशात मी सात अतिशय आनंदी आणि फलदायी वर्षं घालवली होती तो देश सोडताना थोडा विषाद तर वाटलाच. शिवाय आमच्या भारतातल्या भवितव्याविषयी थोडी धास्ती आणि काय घडणार याची उत्कंठाही वाटत होती. काही का असेना दान तर टाकलं होतं आणि मी भूतकाळाबद्दल कधीच कुढत बसत नाही पण नेहमी भविष्याकडं बघतो.

पुढचे १५ दिवस आम्ही युरोपात प्रवास केला. आम्ही आमच्या स्वित्झर्लंडमधल्या बाझल आणि फ्रान्समधल्या स्ट्रासबूर्ग इथल्या मित्रांना भेटलो, तसंच या शहरांमधली आणि जवळपासची उत्कृष्ट वस्तुसंग्रहालयं आणि जुनी चर्चेस पाहिली.

यूकेमधल्या ब्रायटन इथे भरलेल्या इंटरनॅशनल सोलर एनर्जी सोसायटी(आयएसईएस) च्या परिषदेला जाण्यासाठीही आम्ही या भेटीचा उपयोग केला. त्यामुळं पुन्हा लंडन तसंच ब्रायटनचा भपकेदार 'ताज महाल' पहाण्याची संधीही आम्हाला मिळाली.

३० ऑगस्ट १९८१ ला आम्ही गरम आणि दमट मुंबईत आलो. आम्ही परत घरी

आलोय याची जणू काही आम्हाला आठवण करून देण्यासाठी मुंबई विमानतळावरच्या सांडपाणी आणि मैल्याच्या कुबट वासानं आमचं स्वागत केलं. आम्ही फलटणला ३१ ऑगस्ट १९८१ला पोचलो. १ सप्टेंबर १९८१ रोजी माझ्या ३१व्या वाढदिवशी मला आणि नंदिनीला नारीमध्ये संशोधन शास्त्रज्ञ म्हणून नियुक्तीची पत्रं देण्यात आली.

उपसंहार

मी अमेरिकेतून परत आल्याला २५ वर्षांहून थोडी अधिक वर्ष झाली आहेत. जेव्हा मी १९८१च्या उत्तरार्धात परत आलो तेव्हा आयआयटीची पदवी असलेले फारच कमी भारतीय परत येत असत. जे परत येत असत तेसुद्धा मुंबई, दिल्ली, बंगलोरसारख्या मोठ्या शहरांत जात असत. मी सरळ ग्रामीण महाराष्ट्रात आलो आणि इथं येणं हे एखाद्या बाहेरच्या देशात जाण्यासारखंच होतं कारण मला स्थानिक भाषा आणि सामाजिक वातावरण यांची जवळजवळ काहीच माहिती नव्हती. याचं कारण माझं बहुतेक सगळं आयुष्य मी उत्तर भारतातल्या शहरांमध्ये रहाण्यात घालवलं होतं.

मी असं का केलं आणि ते योग्य किंवा हितकर होतं का?

मी माझ्या गर्विष्ठपणामुळं भारतात परत आलो होतो. मला वाटलं होतं की श्री. सुंदर लाल आणि इतरांबरोबर असलेले माझ्या वडिलांचे राजकीय लागेबांधे आणि डॉ. आत्मा राम यांसारख्या वैज्ञानिकांच्या मदतीनं मला राष्ट्रीय पातळीवर ऊर्जा आणि तंत्रज्ञान क्षेत्रात सहभागी करून घेतलं जाईल. शिवाय माझ्या स्वत:च्या योग्यतेबद्दलच्या माझ्या अतिशयोक्तिपूर्ण कल्पनांमुळं मला भारतात बदल घडवून आणता येईल असा विश्वास वाटत होता.

भारताची संस्कृती ही अतिशय जुनी आहे आणि गौतम बुद्ध, अशोक, अकबर, महात्मा गांधी अशांसारखे थोर अध्यात्मिक आणि राजकीय नेतेही भारताला बदलू शकले नाहीत. तरी १९८१मध्ये मला वाटलं की असं करण्यात मला महत्त्वाची भूमिका बजावता येईल. किती चुकीचा होता माझा विचार! भारत बदलला नाही, पण त्यानं मला बदललं आणि त्याची ही कहाणी आहे. माझं भारतात परत येणं हे अनिल राजवंशीचं

निर्विषीकरण(डिटॉक्सिफिकेशन) होतं असं मी समजतो! खरं तर सगळं सोडून ग्रामीण महाराष्ट्रात परत येण्याचा विवेकशून्य विचार मला करायला लावला म्हणून उच्चतम शक्तींचे मी आभार मानतो! मी फलटण निवडलं कारण त्या वेळी मला एवढं एकच ठिकाण माहीत होतं जिथं मी स्वत:हून काही करू शकलो असतो.

ही कहाणी माझ्या स्वत:च्या शोधाचीही आहे. कितीका लहान असेना पण जिथं मला ग्रामीण विकास, नवीकरणीय ऊर्जा आणि अध्यात्माशी निगडीत बाबींवर खोलवर मनन आणि चिंतन करून त्याबद्दल लिहिता येईल असं ठिकाण मला दिल्याबद्दल मी देवाचे नेहमीच आभार मानले आहेत. त्याचवेळी इंटरनेटच्या माध्यमातून बाहेरच्या जगाशी जोडलं जाऊन माझे विचार मोठ्या प्रमाणावर समविचारी लोकांपर्यंत पोचवणंही मला शक्य झालं.

माझा ग्रामीण महाराष्ट्रात परत येण्याचा निर्णय हा भारताला मदत करण्याच्या नि:स्वार्थी हेतूनं नव्हे तर स्वत:च्या आयुष्यात काहीतरी अर्थपूर्ण करण्याच्या मतलबी कारणासाठी घेतलेला होता. ग्रामीण विकासासाठी तंत्रज्ञानाचा उपयोग करण्याचं आव्हान प्रचंड होतं. असं असूनही त्यावेळी माझ्याकडं असलेल्या ज्ञान आणि शहाणपणाच्या मर्यादेमुळं मी दीर्घकालीन ध्येयाची आखणी केली नाही. जशी परिस्थिती आली त्यानुसार वागत गेलो. खरं तर मी कधीच दीर्घकालीन योजना आखल्या नाहीत, तर जसा प्रसंग आला तसा तो स्वीकारला.

तथापि सुरुवातीला खूप धडपड करावी लागली. परत आल्यानंतर लवकरच मला वस्तुस्थितीचा तडाखा बसला आणि माझ्या अवास्तव कल्पना आणि अहंकार गायब झाले. त्या काळी फलटण हे रहायला आणि काम करायला अवघड ठिकाण होतं. मी आणि नंदिनी दोन वर्ष एका झोपडपट्टी परिसरातल्या लहानशा भाड्याच्या घरात राहिलो. १९८४च्या सुरुवातीला आम्ही माझ्या संकल्पनेनुसार बांधलेल्या आमच्या सध्याच्या घरात रहायला गेलो. हे एक आरामशीर घर आहे आणि त्यातली अक्रियाशील(पॅसिव्ह) शीतकरण प्रणाली फलटणच्या हवामानासाठी अतिशय उपयुक्त आहे. आम्ही दोघंही तीन कि.मी. अंतरावरच्या संस्थेच्या कार्यालयात रोज सायकलवरून जायचो. १९८४ साली सौदी अरेबियाला अस्थिशल्य-विशारद म्हणून चाललेल्या माझ्या भावाला माझी दया आली आणि त्याला १९७५ साली मुख्यमंत्र्यांच्या कोट्यातून मिळालेली जुनी स्कूटर त्यानं मला देऊन टाकली. हे आमचं पहिलं स्वयंचलित वाहन होतं.

त्या दिवसांत लहानसहान गोष्टींच्या खरेदीसाठीसुद्धा शंभर कि.मी. दूरच्या पुणे शहरात जावं लागायचं. आता दूध, ऊस आणि फळबागायतीवर आधारित अर्थव्यवस्थेमुळं फलटण एक मध्यम आकाराचं शहर झालं असून त्यात सुपर मार्केट आणि इतर सेवाही उपलब्ध झाल्या आहेत. भरीला त्या काळी दूरसंचाराच्या सोयी नसल्यातच जमा होत्या. उदाहरणार्थ दुसऱ्या गावाला दूरध्वनी करणं हा एक भयानक अनुभव होता. सकाळी लवकर फोन कॉल नोंदवला तर तुम्ही नशीबवान असलात तर तो संध्याकाळी लागत असे. म्हणून बऱ्याच वेळा मी फोन करण्यासाठी बसमध्ये बसून पुण्याला माझ्या मित्राच्या कार्यालयात जात असे. त्याकाळी या बस प्रवासाला जाण्या-येण्यासाठी प्रत्येकी जवळजवळ चार तास लागत. आता ब्रॉडबँडच्या आणि दूरध्वनी सुविधांच्या उपलब्धतेमुळं काही अडचण न येता जगात कुठंही फोन करता येत असल्यामुळं परिस्थिती खूपच सुधारली आहे. शिवाय रस्तेही जास्त चांगले झाल्यामुळं फलटणहून पुण्याच्या प्रवासाचा वेळही निम्मा झाला आहे.

जेव्हा मी फलटणला आलो तेव्हा मी माझी ऊर्जा प्रयोगशाळा जिथं बांधायला सुरू करणं अपेक्षित होतं तिथं फक्त सपाट जमीन होती. संस्थेची एक छोटी इमारत होती आणि इतर काही पायाभूत सुविधा नसल्यातच जमा होत्या. माझ्या ऑफिसात मी एक जुना पंखा बसवून घेतला आणि पूर्ण संस्थेत तेवढा एकच पंखा होता. शिवाय वीज फारच क्वचित असल्यामुळं पंखा बहुतेक वेळा चालतच नसे. माझी प्रयोगशाळा उभारताना सुरुवातीला अभियंते आणि शास्त्रज्ञ मिळणं फार अवघड गेलं. प्रयोगशाळा कार्यरत होऊन योग्य असे कर्मचारी मिळायला जवळजवळ चार वर्षं जावी लागली. अगदी आजही चांगले कर्मचारी मिळणं ही मोठीच समस्या आहे. उद्योगधंदे देत असलेल्या चढ्या पगारांशी आम्ही स्पर्धा करू शकत नसल्यामुळं परिस्थिती अधिकच बिकट बनली आहे.

तेव्हा आता माझ्या लक्षात येतंय की ग्रामीण भागात संस्था उभारण्यातल्या उणीवांपैकी सगळ्यात मोठी उणीव काम करायला चांगले लोक मिळत नाहीत ही आहे. ग्रामीण भागातला पायाभूत सुविधांचा अभाव अशा संस्थांशी दीर्घावधीसाठी बांधून रहाण्यापासून लोकांना परावृत्त करतो. नारी ही लहान संस्था रहाण्यामागचं मुख्य कारण हे आहे. तरीसुद्धा थोडा कर्मचारी वर्ग आणि अल्प पायाभूत सुविधा असूनही आम्हाला प्रशंसनीय काम करणं शक्य झालंय, तसंच बऱ्याच गोष्टी आम्ही इतर कोणाच्याही

अगोदर केल्या आहेत. म्हणून राष्ट्रीय तसंच आंतरराष्ट्रीय स्तरावर आम्ही बऱ्यापैकी सुप्रसिद्ध आहोत.

माझ्या फलटणच्या वास्तव्यात अनेक निराशाजनक तसेच उत्साहवर्धक क्षण मला अनुभवायला मिळाले. परत आल्यानंतर महिन्याभरातच वास्तवाची जाणीव आणि वैफल्य यांमुळं मी फलटण सोडून जायचं ठरवलं. तेव्हा नंदिनीनं आमच्या घरगुती सामानाची बांधाबांध सुरू केली. अर्ध्या एक तासात मला अचानक जाणीव झाली की मी जर अमेरिकेला परत गेलो तर अमेरिकेत असणाऱ्या लक्षावधी भारतीयांपैकी मी आणखी एक बनलो असतो. मी स्वतःला विचारलं, "मला वेगळी वाट चोखाळत असल्याचा एवढा अभिमान होता तर आता मी का माघार घेतोय". मी फलटण सोडून जायचा विचार करण्याची ही शेवटचीच वेळ होती. नंतर माझी अनेकदा कसोटी लागली आणि मला अनेक यातनाही भोगाव्या लागल्या, पण फलटण सोडण्याचा विचार माझ्या मनात परत कधीच आला नाही.

माझं नारीमधलं काम मुख्यत्वानं ग्रामीण विकासासाठी साधनं आणि धोरणं विकसित करण्यावर केंद्रित होतं. माझा विशेष भर भारताच्या समग्र शाश्वत विकासासाठी उच्च तंत्रज्ञानाचा वापर करण्यावर होता. यातल्या काही कल्पना आणि तंत्रज्ञान राष्ट्रीय आणि आंतरराष्ट्रीय स्तरावर उचललं गेल्यावर तो अनुभव अतिशय आनंददायक होता.

उदाहरणार्थ, आम्ही केलेल्या तालुका ऊर्जा स्वयंपूर्णतेच्या कामाची परिणती त्यावरच्या राष्ट्रीय धोरणात झाली. त्याचप्रमाणं आमचं गोड धाटाच्या ज्वारीपासून मद्यार्क बनवण्याचं आद्यप्रवर्तक काम राष्ट्रीय आणि आंतरराष्ट्रीय स्तरावर केलं जातंय. त्यासारखंच आमच्या जैवभार(बायोमास) गॅसिफायर, करडई, विविध इंधनांवर चालणारे कंदील, मद्यार्कांवर चालणारी शेगडी, विद्युत सायकल रिक्षा, अपंगांसाठीची वाहनं इत्यादी कामांचंही झालंय. या सर्व आद्यप्रवर्तक प्रयत्नांनी जगभरातल्या लोकांना प्रेरणा मिळाली आहे, याचं मला खूप समाधान वाटतं. आमच्या सगळ्या कामाविषयी आमच्या संकेतस्थळावर माहिती दिलेली आहे आणि ती जगभरात मोठ्या प्रमाणावर वाचली जाते. आमच्या ग्रामीण विकासातील प्रयत्नांसाठी आम्हाला बरेच प्रतिष्ठेचे राष्ट्रीय आणि आंतरराष्ट्रीय पुरस्कार मिळाले आहेत.

भारतात चांगल्या दिशेनं बदल व्हावा, ग्रामीण प्रदेश प्रगतीशील व्हावा आणि बहुसंख्य लोकांच्या जीवनमानाचा एकंदर स्तर सुधारावा, अशा अफाट ध्येयवादानं प्रेरित होऊन

मी परत आलो. गेल्या २५ वर्षांत मी काय पाहिलं तर शहरातल्या मध्यम वर्गात झालेली प्रचंड वाढ, श्रीमंत लोक अतिश्रीमंत होणं आणि भ्रष्टाचारात अनेक पटींनी झालेली वृद्धी. खरं तर हल्ली भ्रष्टाचारी असणं हा एखाद्या माणसाचा महत्त्वाचा गुण समजला जातो, कारण तुम्ही भ्रष्ट नसाल तर तुमच्यात चैतन्य नाही असं मानलं जातं! ही जाणीव अतिशय वेदनादायी आहे आणि तरुणांसाठीचे आदर्श जवळजवळ लुप्त झालेत हे वास्तवही.

आमच्या वेळी नेहरू, गांधी आणि ज्यांनी देशासाठी आपल्या आयुष्याचं बलिदान दिलं होतं असे इतर असंख्य थोर लोक हे आमचे आदर्श होते. पाश्चिमात्य देशातले पॅरिस हिल्टन, बिल गेट्स, सबीर भाटिया हे देवी-देवता सध्याचे आदर्श आहेत. पगाराचे पैसे हा जवळजवळ सगळ्या तरूणाईचा सगळ्यात मोठा देव आणि आदर्श आहे. ग्राहकोपयोगी वस्तूंनी गच्च भरलेले शॉपिंग मॉल्स आणि वाढलेला 'राहणीमानाचा दर्जा' यांमुळं शहरांमधल्या मध्यमवर्गीयांना भारत आपल्या इच्छित स्थानी पोचलाय अशी जाणीव होते आहे.

तरी अजून आपली ६०% ग्रामीण लोकसंख्या विजेशिवाय आणि जीवनाच्या मूलभूत सुविधांशिवाय जगते आहे. त्यांनी आत्महत्या करायला सुरुवात केल्यावरच ते राष्ट्राच्या दृष्टिक्षेपात येतात आणि त्यांची जाणीव सगळ्यांना होते. हे लोकच भारताचं भविष्य आहेत तरी त्यांच्या परिस्थितीत सुधारणा कशी घडवून आणायची यावर राष्ट्रीय पातळीवर चर्चा होत नाही आणि ही बाब एकूणच गंभीरपणं घेतली जात नाही ही विषण्ण करणारी गोष्ट आहे. राजकीय पक्षांच्या सर्व उपाययोजनांचं लक्ष्य पुढच्या निवडणुका एवढंच असतं आणि फक्त पुढील थोड्या काळाकडं बघण्याच्या त्यांच्या प्रवृत्तीमुळं काही दीर्घकालीन योजना आखल्या जात नाहीत तसंच त्या कृतीत आणण्याकरिता योग्य ती यंत्रणाही राबवली जात नाही.

माझ्या फलटणमधल्या २५ वर्षांच्या वास्तव्यात मी ग्रामीण जनसंख्येशी संवाद साधला, पण प्रसंगी प्रदेशाच्या सर्वोच्च सत्ताधाऱ्यांशीही विचारांची 'देवाणघेवाण' केली. या नेत्यांचा दर्जा सुधारण्याला खूपच वाव आहे. भारताच्या शोकांतिकांपैकी सगळ्यात मोठी देशातला भ्रष्टाचार ही आहे, जो कर्करोगाप्रमाणे त्याला आतून पोखरतो आहे. शासनव्यवस्था ही लाचखोर समाजाचा पहिला बळी ठरते आणि भारतातल्या अनेक मूलभूत समस्या तिच्या अभावामुळं हाताळण्यात येत नाहीत.

भारतीय समाज हा तरुण आहे आणि त्याच्या लोकसंख्येच्या ५४ टक्क्यांचं वय २५ वर्षांखालील आहे. या युवा पिढीतले बहुसंख्य घटक ग्रामीण भागात रहातात आणि त्यांच्या आकांक्षा अपूर्ण रहातात. अधुनिक भारताचे बहुतेक राज्यकर्ते शहरी परिसरातून येतात आणि त्यांना ग्रामीण विभागाची किंवा देशाचा मुख्य आधार असणाऱ्या शेतकऱ्यांच्या हिताची समज नाही. याच्या परिणामस्वरूप ते ग्रामीण विकासाच्या घोषणा देतात पण तो कसा साध्य करता येईल हे त्यांना माहीत नसतं.

ग्रामीण जनतेच्या समस्या सोडवणं हे कोणत्याही अभियंता किंवा तंत्रवैज्ञानिकाला सगळ्यात मोठं आव्हान आहे आणि मला असं वाटतं की परदेशातल्या बहुतेक भारतीयांनी त्यांना उपलब्ध असलेल्या विज्ञान आणि तंत्रज्ञानाच्या अतिशय प्रगत साधनांच्या मदतीनं या समस्या सोडवण्याच्या प्रयत्नात मदत केली पाहिजे. काही झालं तरी आपण जसे आणि जिथे आहोत ते आपण या देशात घालवलेल्या सुरुवातीच्या आयुष्यामुळं आहे, म्हणून आपला ज्या देशात जन्म झाला त्याला आपण काही तरी परत दिलं पाहिजे. खरी आव्हानं भारतात आहेत आणि आपल्या ग्रामीण जनतेचं जीवन आपण सुधारू शकलो तर एक पंचमांश मानवजातीच्या अडचणी दूर केल्यासारखं होईल.

मला भारतात आणि विशेषतः फलटणला परत आल्याबद्दल अजिबात खेद नाही, कारण ज्या सगळ्या गोष्टी मी इथं केल्या त्या मी इतरत्र कुठंही-विशेषत: अमेरिकेत करू शकलो असतो अशी मी कल्पनाही करू शकत नाही. शिवाय ग्रामीण भारताच्या वातावरणात राहून तुम्ही अनेक गोष्टी शिकता.

प्रथम ते तुम्हाला अध्यात्मिक बनवतं. पैसे खर्च करण्याचे जवळजवळ काहीच मार्ग नसल्यानं आणि फारच कमी सुखसोयी उपलब्ध असल्यानं आपण साधं आयुष्य जगू लागतो जे अध्यात्माच्या दिशेनं टाकलेलं पहिलं पाऊल आहे. सुरुवातीला ते आवडत नाही, पण जसजसा वेळ जाईल तसतसं साध्या सोप्या जीवनातले फायदे आवडायला लागतात. तेव्हा ज्यांचा शाश्वततेवर विश्वास आहे अशा जवळजवळ सगळ्यांना मी अशा आयुष्याची शिफारस करतो, कारण व्यक्तिगत जीवनात जेव्हा सर्वजण शाश्वत होतील तेव्हा जगही आपोआप शाश्वत होईल. साधं, उच्च विचारसरणीचं आणि भावनिकदृष्ट्या समाधानी आयुष्य जगायला खूप कमी ऊर्जेची गरज असते.

याचा अर्थ असा नाही की आपण आदिम लोकांसारखं जीवन जगावं. संदेशवहन आणि ऊर्जेची अधुनिक साधनं पुरवणारी अतिशय सुविकसित तंत्रज्ञान ही ऊर्जेचा वापर कमी करून शाश्वत जीवनाला प्रोत्साहन देण्याच्या प्रक्रियेत महत्त्वाचा भाग आहेत. गरज आहे ती संसाधनांसाठीची हाव वाढवणाऱ्या उपभोग्य जीवनशैलीला आळा घालण्याची.

मोठी शहरं, महानगरं आणि पाश्चात्य देशात रहाणाऱ्या लोकांना हा धडा शिकणं अतिशय अवघड वाटतं. उच्च शक्तीच्या जाहिरात मोहिमांच्या प्रलोभनांचा दैनंदिन मारा हाणून पाडणं ही अतिशय कठीण बाब आहे. असं असलं तरी जेव्हा साधेपणा ही जीवनशैली बनते तेव्हा अशा प्रलोभनांचा आपल्यावर तेवढासा परिणाम होत नाही.

मी स्वतःला अतिशय नशिबवान समजतो कारण मी ग्रामीण भारतात आलो आणि माझ्या रोजच्या जीवनात ही साधेपणाची भावना विकसित करू शकलो. आता हा संदेश पसरवणं हे माझं कर्तव्य आणि जबाबदारी आहे असं मला मनापासून वाटतं. हे मी माझं काम, भाषणं आणि लिखाण यांच्या माध्यमातून करतो आहे.

हा संदेश पसरवायला इंटरनेटनं एक प्रभावी साधन पुरवलं आहे आणि नारीचं सर्व काम आणि माझं लिखाण हे गूगल शोध इंजिनात अतिशय उच्चस्थानी आहे हे जाणून मला समाधान वाटतं. अशा प्रकारे आमच्या कामाबद्दल मोठया प्रमाणावर वाचलं जातं आणि जगभरातल्या लोकांना ते प्रेरणा देतं अशी आशा आहे. आम्हाला प्रचंड संख्येनं येणारे ईमेल आणि आमच्या कामाचा आणि लिखाणाचा इतर संकेतस्थळांवर आणि विविध ब्लॉग्जमध्ये केला जाणारा उल्लेख या वस्तुस्थितीमुळं त्याची खातरजमा होते.

मानवाचा हेतू प्रथम स्वतः सुखीसमाधानी होणं आणि मग समाजाची परतफेड करणं हा आहे असं मी नेहमी मानत आलो आहे. ग्रामीण भारतात परत येण्यानं या दोन्ही गोष्टी करायला मला मदत झाली आहे.

जसजसा मी आतून जास्त निश्चिंत झालो आहे तशी माझ्या समाधानाची पातळीही उंचावली आहे. त्याचप्रमाणं मला असं वाटतं की आमच्या कामातून आम्हाला समाजाची काहीअंशी तरी परतफेड करता आली आहे.

तरीही या सगळ्या बाबींमध्ये आपण आपल्या अंतःस्थ आवाजानुसार वागलं पाहिजे. जर आपल्या यशाचा निर्देशांक इतरांकडून ठरवला जाणार असेल तर आपण

अंतर्गतरित्या सुरक्षित आणि समाधानी असल्याचा दावा करू शकत नाही. स्वतःच्या यशापयशाच्या मोजमापाचं मूल्यांकन हे प्रत्येकानं स्वतःच प्रामाणिकपणं केलं पाहिजे.

तेव्हा अमेरिकेत उज्ज्वल भवितव्य दिसत असताना मी सगळं सोडून ग्रामीण भारतात परत आलो हे बऱ्याचशा लोकांना माझं अपयश वाटलं असणार, पण मी माझ्या समाधानाची मोजपट्टी वापरली तर मी केलं ते एवढं फार वाईट होतं असं मला वाटत नाही.

भारत हा अमेरिका आणि चीनप्रमाणं जिथं वस्तू आणि संसाधनांच्या लोभाला काही सीमा नसल्यामुळं, बहुतेक नागरिकांना सततचा संघर्ष करावा लागतो असा न होता सुबत्ता आणि सुखशांती असलेला प्रदेश झाल्याचं माझ्या हयातीत मला पहाता येणार नाही याची अजूनही मला खंत वाटते. भारतीयांना अर्थपूर्ण, आनंदी, समाधानी तसंच शाश्वत व सर्वसमावेशक आयुष्य जगता यावं असं माझं स्वप्न आहे. अशात-हेनं माझ्या स्वप्नातल्या भारताची निर्मिती करण्याच्या ध्येयासाठी मला थोडंही योगदान देता आलं असेल किंवा देत रहाता येत असेल तर माझं जीवन यशस्वी झालं असं मला वाटतं.